संक्षेप २: सिलिकॉन व्हॅली आणि स्टार्ट अप

आयटीच्या गोष्टी

केदार दातार

नव तंत्राचे पंख लावून उद्योग भरारी घेण्याची उमेद
बाळगणाऱ्या स्वप्न वेड्या पाखरांसाठी...

अनुक्रमणिका

ऋणनिर्देश

संक्षेप ही मालिका आता दुसऱ्या पर्वात पदार्पण करीत आहे. संक्षेप चं पहिलं पुस्तक सगळ्यांना खूप आवडलं. त्यातूनच हा उपक्रम अजून पुढे न्यावा. ह्या हेतूने, **संक्षेप २: सिलिकॉन व्हॅली आणि स्टार्ट अप** ह्या गोष्टींची लेखमाला सुरू केली. आणि बघता बघता १० लेख पूर्ण झाले पण! आता ते ठरल्या प्रमाणे पुस्तक रूपाने वाचकांना समर्पित करीत आहे.

प्रत्येक लेखाला नेहेमी प्रमाणे माझ्या मित्रांनी मनापासून प्रतिसाद दिला. ह्या सगळ्या मित्रांचे आधी मनःपूर्वक आभार.

माझ्या कुटुंबातले सगळेच ह्या माझ्या लेखनाच्या उपक्रमाला प्रेमाने प्रोत्साहन देतायत. त्यांचेही मनःपूर्वक धन्यवाद.

विशेष म्हणजे या लेखांच्या प्रथम वाचकांची टीम - माझी बायको आणि मुलगा यांच्याकडून खूप छान सूचना मिळाल्या. व्हेंचर कॅपिटालिस्ट वरचा लेख माझ्या मुलाला वाचून दाखवला तेव्हा त्याने डनिंग-क्रुगर ग्राफ बद्दल मला माहिती सांगितली. त्याचा उपयोग त्या लेखाचा शेवट करतांना उत्तम झालाय.

नोशन प्रेस यांनी हेही पुस्तक छापले. त्यांचे ही मनःपूर्वक आभार.

ह्या सगळ्या मंडळींचे आशिर्वाद आणि प्रोत्साहन असेच सतत मिळत राहो हीच प्रार्थना.

केदार दातार

आषाढ प्रथम दिवस - महाकवी महर्षि कालिदास दिन

(३०/०६/२०२२)

प्रस्तावना

संक्षेप २ ह्या पुस्तकात आपण सिलिकॉन व्हॅली आणि स्टार्ट-अप कंपन्या ह्यांचा परिचय करून घेणार आहोत.

संक्षेप १ मध्ये आपण आय टी ह्या क्षेत्रातल्या काही मूलभूत गोष्टींचा उगम आणि त्यातल्या गमती जमती पाहिल्या. आता थोडं अधिक पुढे जाऊन ह्या आयटी चा उद्योग कसा चालतो हे जाणून घेणं गरजेचं आहे. सिलिकॉन व्हॅली ही ह्या उद्योगाची जन्म भूमी असं मानलं जातं. व्हॅली घडली कशी आणि स्टार्ट अप कंपन्या उभ्या कशा राहिल्या हे ह्या पुस्तकात आपल्याला वाचायला मिळेल.

व्हॅली घडवणारी फेअरचाइल्ड, स्टॅनफोर्ड युनिवर्सिटी, व्हेंचर कॅपिटालिस्ट, तसेच जगाला माहितीचा ज्ञानप्रकाश देणारे फायबर ऑप्टिक्स चे जनक डॉक्टर नरेंदर कपानी, पे-पॅल आणि नॅपस्टर ह्या कंपन्यांच्या कथा ह्या पुस्तकातल्या लेखांत गुंफलेल्या आहेत.

विश्वकल्याण प्रार्थना,

केदार दातार

ईमेल: *kedardatar.writes@outlook.com*

1

फेअरचाइल्ड: सिलिकॉन व्हॅलीतल्या सूर्याची पिल्ले

सध्या बाजारात सगळीकडे आंबे आल्येत. आंबा म्हंटलं की आपल्याला कोकणची आठवण होते. कोकणचा विषय निघाला की सहज कोणीतरी विचारतं. काय हो तुमच्या कोकणाचा कॅलिफोर्निया कधी होणार? आता कोकण चा कॅलिफोर्निया कधी होईल ते माहित नाही. पण कॅलिफोर्निया सगळ्या जगाला माहित आहे तो मुख्यत्वे करून तिथल्या सिलिकॉन व्हॅली मुळे. सिलिकॉन व्हॅली ही आयटी उद्योगाची जन्मभूमी. पण हे सिलिकॉन व्हॅली असं नाव - कसं काय पडलं बुआ? असा प्रश्न आपल्या पुढे उभा राहातो. आणि त्याचा शोध घ्यावा असं वाटायला लागतं.

सिलिकॉन व्हॅली मधल्या सगळ्या आयटी कंपन्यांचा जर कुलवृत्तांत मांडला आणि त्याच्या मुळापाशी गेलं की एका कंपनीचं नांव आपल्या डोळ्या समोर उभं राहतं. ती म्हणजे फेअरचाइल्ड सेमिकंडक्टर. ह्या फेअरचाइल्ड च्या आणि एकूणच सिलिकॉन व्हॅली च्या उगमाची ही गाथा. फेअरचाइल्ड ही कंपनी उदयाला आली ती शॉकले सेमीकंडक्टर ह्या कंपनी मधून. सेमी कंडक्टर म्हणजेच ट्रान्सिस्टर बनवणारी ही कंपनी.

आता थोडं सेमी कंडक्टर (ट्रान्सिस्टर) बद्दल समजून घेऊयात. ट्रान्सिस्टर चा उपयोग हा प्रत्येक इलेक्ट्रॉनिक गोष्टीत होतो. अगदी मुलांच्या खेळण्यां पासून ते अद्ययावत विमान आणि महासंगणका पर्यंत. अगदी सुरुवातीला व्हॅक्युम ट्यूब असलेले व्हॉल्व होते. हे व्हॉल्व खूप मोठे होते. त्यातून इलेक्ट्रिक करंट गेला की ते तापायचे. म्हणून दोन व्हॉल्व मध्ये अंतर ठेऊन सर्किट तयार करायला लागत असे. पूर्वीच्या संगणकामध्ये हे व्हॉल्व वापरले जायचे म्हणून ते संगणक आकाराने खूप मोठे होते. ट्रान्सिस्टर त्या मानाने कमी आकाराचे. पुढे तर ते एकदम लहान-लहान होत गेले. तसा संगणकाचा आकार सुद्धा लहान होत गेला. ट्रान्सिस्टर हा एक प्रकारचा इलेक्ट्रॉनिक स्विच (बटण) असतो. त्याचे ६ मुख्य उपयोग आहेत. करंट रेक्टिफाय करणे (ए. सी. करंट -हा- डी. सी. मध्ये कन्व्हर्ट करणे) हा पहिला उपयोग. आपल्या लोकल ट्रेन खूप वर्षं डी. सी. करंट वर चालत आल्या आहेत.

आता दुसरा उपयोग बघुयात. करंट ऍम्प्लिफाय करणे. ह्याचा उपयोग आपण जो रेडिओ ऐकतो त्यात करतात. तिसरा उपयोग डी. सी. करंट पासून ए. सी. करंट जनरेट (तयार) करणे. कुठल्याही आकाशवाणी केंद्रावरून आपल्या आवडत्या कार्यक्रमाचे रेडिओ सिग्नल जनरेट करून ट्रान्स्मिट (प्रसारित) करण्यासाठी याचा उपयोग होतो. चौथा उपयोग करंट कंट्रोल करणे. पंख्याचा वेग कमी किंवा जास्त आपण जेव्हा करतो तेव्हा ह्याचा उपयोग करत असतो. पाचवा उपयोग हा प्रकाशाचं रूपांतर इलेक्ट्रॉनिक करंट मध्ये करायला केला जातो. आपण आज जे इलेक्ट्रॉनिक कॅमेरे वापरतो त्यात ह्याचा वापर करतात. शेवटचा ६ वा उपयोग हा इलेक्ट्रॉनिक करंट चं रूपांतर प्रकाशात करतात तेव्हा होतो. आपण जो टी. व्ही. बघतो तो ह्याच तंत्राचा उपयोग करून तयार केलेला असतो. इलेक्ट्रॉनिक सिग्नल चं रूपांतर प्रकाशात करून ऑसिलोस्कोप तयार केले जायचे पूर्वी. ते ह्याच तत्वावर. अश्या अनेक ट्रान्सिस्टरचा (स्विचचा) उपयोग कॉम्पुटरचा सीपीयू बनवायला केला जातो. हा स्विच एका गेट सारखं काम करतो. ट्रान्सिस्टर (स्विच) मधून करंट जात असेल तर तो १ डिजिट म्हणून धरतात. आणि जर त्यातून करंट जात नसेल तर तो ० असा धरला जातो. म्हणूनच संगणक हा दोन (बायनरी) डिजिट (० आणि १) वर काम करतो असं मानलं जातं. आणि त्याला डिजिटल कॉम्प्युटर असं म्हणतात.

१९४७ साली विल्यम शॉकले, जॉन बारडीन आणि वॉल्टर ब्रॅटिन यांनी ट्रान्सिस्टर चा शोध लावला. ह्या शोधासाठी ह्या तिघांना १९५७ साली नोबेल पारितोषिक पण मिळालं. हे तिघे काम करत होते बेल लॅबोरेटरी मध्ये. ही बेल लॅब होती न्यू जर्सीत. म्हणजे अमेरिकेच्या पूर्वेला. कॅलिऑर्निया पासून खूप लांब. १९५० च्या आसपास शॉकले यांना असं वाटायला लागलं की बेल ची मॅनॅजमेन्ट त्यांना कमी लेखत्येय. त्याच सुमारास आपल्या वृद्ध होत चाललेल्या आई ची काळजी घ्यावी. म्हणून त्यांनी ठरवलं की आपण बेल लॅब सोडून, पालो आल्टो कॅलिफोर्निया मधल्या आपल्या घरा जवळ काम सुरु करावं. तिथेच १९५६ साली माउंटन व्यू कॅलिफोर्निया मध्ये अरनॉल्ड बेकमन ह्या आपल्या मित्राच्या मदतीने त्यांनी एक कंपनी सुरु केली. त्याचं नाव ठेवलं शॉकले सेमिकंडक्टर लॅबोरेटरी. सुरुवातीला त्यांनी बेल मधल्याच त्यांच्या सहकाऱ्यांना ह्या नवीन कंपनीत बोलावून पाहिलं. पण इतक्या लांब कॅलिफोर्नियात आपलं सगळं बस्तान सोडून कोणी यायला तयार होईना. त्यावेळी कॅलिफोर्नियात खूप कंपन्या नव्हत्या. कॅलिफोर्निया हे एक ऑर्चर्ड (फळबाग) होतं. म्हणून मग शोकले यांनी ठरवलं की तरुण-होतकरू शास्त्रज्ञांची एक टीम आपण उभी करायची. न्यू यॉर्क टाइम्स, हेराल्ड ट्रिब्यून, अशा पेपरातून जाहिराती देऊन त्यांनी त्याकाळी प्रथितयश अश्या बर्कले आणि एम आई टी मधून शिकलेल्या, अतिशय हुशार - पी एच डी - झालेल्या तरुण मुलांना पारखून घेतलं आणि नोकऱ्या दिल्या. आपल्याला एका अधिकारी पुरुषा बरोबर काम करायला मिळेल या आशेने अनेक तरुण, शोकले मध्ये काम करायला तयार पण झाले. १९५६ साल पर्यंत शोकले मध्ये काम करणाऱ्या सायंटिस्ट ची संख्या होती ३२. ह्यात मुख्यत्त्वे ८ तरुण असे होते ज्यांना ह्या क्षेत्रात खरंच काम करण्यात रस होता.

काहीतरी करून दाखवण्याची उमेद होती. त्यांची नावं होती - जुलियस ब्लँक, व्हिक्टर ग्रिनिच, जीन होअरनि, यूजीन क्लेनेर, जे लास्ट, गॉर्डन मूर, रॉबर्ट नॉयस आणि शेल्डन रॉबर्ट्स.

ही सगळी मंडळी अगदी मन लावून काम करत होती. शोकले यांचे पण नवीन प्रयोग सुरु होते. ट्रान्सिस्टर मध्ये सुरुवातीला जर्मेनियम नावाचा सेमी कंडक्टर वापरला जायचा. पण जर्मेनियम तसा महाग होता. म्हणून मग एखादा स्वस्त पदार्थ आपल्याला वापरता येईल का? ह्याचा शोध ते घेऊ लागले. ह्याच वेळेस त्यांनी सिलिकॉन ह्या पदार्थाचा उपयोग करून बघितला. सगळीकडे मुबलक प्रमाणात मिळणाऱ्या वाळूचा मुख्य घटक हा सिलीकॉन असतो. ही वाळू शुद्ध करून घेतली की सिलिकॉन चा क्रिस्टल तयार होतो. पण सिलिकॉन चा मेल्टिंग पॉईंट जास्त असतो. म्हणून सिलिकॉन पासून एकदम शुद्ध असा क्रिस्टल तयार करण्यासाठीची एक पद्धत त्यांनी विकसित केली. ह्या क्रिस्टल चा वापर ट्रान्सिस्टर तयार करायला कच्चा माल म्हणून होतो. ट्रान्सिस्टर मध्ये ३ थर असतात. आपल्याला ४ थर असलेले ट्रान्सिस्टर तयार करता येतील का? असा विचार करून शोकले यांनी "शोकले डायोड" नावाच्या नवीन सेमी कंडक्टर डायोड वर प्रयोग सुरु केले. पण ही गोष्ट बाकीच्या लोकांपासून त्यांनी लपवून ठेवली. खरंतर असं लपवून ठेवायची काहीच गरज नव्हती. हे तंत्रज्ञान त्यांच्या पासून कोणी चोरून नेणार नव्हतं. आपल्या मनात जर काही काळंबेरं असेल तर आपण विचित्र वागायला लागतो. जो दिसेल त्याच्यावर संशय घ्यायला लागतो. तसंच काहीसं शोकले यांच्या बाबतीत झालं. आपलं हे नवीन तंत्र कोणी चोरून नेईल, म्हणून ते उगाच जो दिसेल त्याचा संशय घेऊ लागले. हे जेव्हा लॅब मधल्या लोकांच्या लक्षात आलं, तेव्हा त्यांनी ठरवलं की आपण ह्या बद्दल बेकमन यांच्याशी बोलायचं. बेकमन यांनी सुरुवातीला ह्या मंडळींचं म्हणणं ऐकून घेतलं. पण काही दिवसांतच बेकमन फिरले आणि शोकले यांचीच बाजू घ्यायला लागले. शेवटी नं राहवून ह्यातल्या ८ जणांनी ठरवलं की आपण शोकले पासून वेगळं व्हायचं आणि आपली स्वतःची कंपनी सुरु करायची. ह्या ८ जणांना नंतर ‘द ट्रेटरस ८’ (विश्वासघातकी ८ जण) म्हणून संबोधलं गेलं.

आता वेगळं व्हायचं हे सोपं होतं. पण कंपनी सुरु करायला पैसे लागतात. ते तर ह्या ८ जणांकडे मुळीच नव्हते. आपल्याकडे पैसे नसतील आणि स्वतःचा उद्योग सुरु करायचा असेल तर सर्वसामान्य माणूस जे करतो तेच ह्या ८ जणांनी पण केलं. बँकांकडे कर्ज मागितलं. पण कोणतीच बँक त्यांना कर्ज देईना. शेवटी त्यांना कुणीतरी सांगितलं की तुम्ही आर्थर रॉक नावाच्या एका सिक्युरिटी एनालीस्ट कडे मदत मागा. ह्या लोकांनी रॉक ला पत्र पाठवलं. की आम्ही असे-असे ८ जण शोकले मधून बाहेर पडलो आहोत. आम्हाला स्वतःची कंपनी सुरु करायची आहे. तुम्ही पैश्यांची मदत करू शकाल का? रॉक नी विचार केला प्रयत्न करायला काय हरकत आहे. अनेक उद्योजक रॉक यांच्या चांगले ओळखीचे होते. त्यांनी एक यादीच तयार केली. पण कोणीही उद्योजक पैसे गुंतवायला तयार होईना. शेवटी शर्मन फेअरचाइल्ड नावाचा एक उद्योजक तयार झाला. त्यांची कंपनी लष्करा साठी कॅमेरे

आणि विमानं बनवत होती. फेअरचाइल्ड नी दिलेल्या पैशातुन फेअरचाइल्ड सेमीकंडक्टर ही कंपनी १९५७ साली सॅन ओजे कॅलिफोर्निया मध्ये उभी राहिली. ह्या कंपनीचा पहिला करार झाला तो सुद्धा एक्दम वेगळ्या पद्धतीने. आल्फ्रेड कोयल नावाचा रॉक चा एक पार्टनर होता. त्याने ह्या सगळ्यांना करारावर सह्या करण्यासाठी बोलावलं क्लीफ हॉटेल मध्ये. पण कॉन्ट्रॅक्ट तयार करून सह्या करायला त्यावेळेस त्यांच्या कडे काहीही नव्हतं. म्हणून मग आल्फ्रेड नी त्याच्या खिशातून १ डॉलर च्या १० नव्या करकरीत नोटा काढल्या. तो म्हणाला की ह्या १० नोटांवर प्रत्येकाने सही करायची आणि एक-एक नोट स्वतः जवळ ठेवायची. ती सगळ्यांची सही असलेली नोट म्हणजेच आपला करारनामा. कंपनी सुरु झाल्यानंतर त्यांनी पहिला ट्रान्सिस्टर तयार केला तो सिलिकॉन मेसा नावाचा. पण तो काही चालला नाही. मग १९५८ साली गॉर्डन मूर ने एक नवा ट्रान्सिस्टर बनवला आणि त्याची पहिली बॅच विकत घेणारी कंपनी होती आयबीएम. आयबीएम त्या वेळेस बी-७० बॉम्बर नावाचा संगणक तयार करत होती.

त्याच वेळेस जीन होअरनि यांनी प्लॅनर प्रोसेसस नावाची ट्रान्सिस्टर बनवण्याची एक नवीन पद्धत विकसित केली. ह्या पद्धती मुळे आता कमी खर्चात आणि खूप जास्त टिकतील असे ट्रान्सिस्टर बनवता येत होते. फेअरचाइल्ड चा धंदा आता जोरात चालू झाला होता. ते ट्रान्सिस्टर बनवत पण होते आणि प्लॅनर प्रोसेस चे लायसन पण इतर कंपन्यांना विकत होते. १९६० साली नॉयस यांनी प्लॅनर प्रोसेस वापरून इंटिग्रेटेड सर्किट बनवण्याची एक नवीनच पद्धत आणली. ह्या मुळे ट्रान्सिस्टर चा आकार अगदीच लहान झाला. आता सिलिकॉन च्या क्रिस्टल पासून त्यांना अगदी बारीक असे वेफर तयार करणं शक्य झालं होतं. एका चिप मध्ये कितीतरी मिलियन ट्रान्सिस्टर आता बसवता येऊ शकत होते. फेअरचाइल्ड कंपनी १२ लोकांपासून सुरु झाली खरी. पण आता १२ हजार लोकं त्यात काम करत होती. नॉयस नी त्यांच्या कर्मचाऱ्यांची निवड करतांना एकापेक्षा एक असे अव्वल दर्जाचे लोक त्यांच्या टीम मध्ये जोडले. त्यातच एक नाव होतं अँडी ग्रोव्ह. अँडी हा मूळचा हंगेरीअन. तो केमिकल इंजिनियर होता. पण त्याला उत्तम दर्जाची ओढ होती. कुठलं ही काम हे उत्तम दर्जाचंच असलं पाहिजे आणि ते दिलेल्या वेळेतच पूर्ण झालं पाहिजे ह्या कडे तो कटाक्षाने लक्ष देत असे. ह्या मुळे फेअरचाइल्ड ची खूप प्रगती होत गेली.

हे फेअरचाइल्ड चं डोळ्यात भरणारं यश होतं. ह्या यशाला गाल बोट पण लगेच लागलं. शर्मन फेअरचाइल्ड नी एक नवीनच घाट घातला. त्यांचे सगळे शेअर विकत घेण्याची घाई त्यांना झाली. त्यामुळे ही ८ फाउंडर (संस्थापक) मंडळी आता फेअरचाइल्ड चे नोकर म्हणून काम करू लागली. त्यात टॉम बे नावाच्या एका शर्मन च्याच अधिकाऱ्याने लास्ट वर पैश्याच्या अफ़रातफरीचे आरोप केले आणि ३१ जानेवारी १९६१ ला लास्ट आणि होअरनि हे दोघं फेअरचाइल्ड मधून बाहेर पडले. त्यांनी स्वतःची नवीन कंपनी सुरु केली एमेलको नावाची. क्लेनेर आणि शेल्डन नंतर ह्या दोघांना येऊन सामील झाले. आता आठा चे दोन गट पडले. एक गट फेअरचाइल्ड मध्ये राहिला आणि एक गट नवीन कंपनी काढून त्यात

काम करू लागला.

१९६५ पर्यंत फेअरचाइल्ड ही सेमी कंडक्टर बनवणारी एक अग्रगण्य कंपनी झाली. पण काही लोकांचे मॅनॅजमेन्ट शी मतभेद झाले आणि ते लोक सोडून गेले. १९६८ साली गॉर्डन मूर आणि रॉबर्ट नॉयस यांनी ठरवलं की आपण फेअरचाइल्ड पासून वेगळं व्हायचं. ह्या दोघांनी स्वतःची कंपनी काढायचं ठरवलं. परत रॉक कडे पैश्यासाठी मदत मागितली. रॉकने पण त्यांना मदत केली. तरीही पैसे कमी पडत होते. म्हणून मग आपले सगळे मागचे मतभेद विसरून बाकीच्या ६ जणांनी सढळ हस्ते गॉर्डन मूर आणि रॉबर्ट नॉयस यांना जशी जमेल तशी मदत केली. ह्या नव्या कंपनीचं नाव ठेवलं एनएम इलेक्ट्रॉनिक्स. एका वर्षात एनएम कंपनीने इंटेलको नावाच्या एका हॉटेल चेनचं नाव वापरायचे सर्वाधिकार विकत घेतले आणि एनएमची झाली 'इंटेल कॉर्पोरेशन'. एक दिवस १९६९ साली जपानच्या बुसिकॉम नावाच्या एका कंपनीने त्यांच्या कॅल्क्युलेटर साठी मायक्रोचिप बनवण्याची एक मोठी ऑर्डर इंटेल ला दिली. हे काम आलं टेड हॉफ नावाच्या एका इंजिनियर कडे. त्याने सांगितलं की हे काम खूप क्लिष्ट आहे आणि आपल्याला नवीन डिझाईन तयार करावं लागेल. नॉयस नी टेड ला सांगितलं की नीट विचार करून आपण ठरवलं तर हे काम पूर्ण करू शकू. टेड नी आणि त्याच्या टीम नी एक नवीन डिझाईन तयार केलं. हे डिजाईन वापरून फेडेरीको फॅग्गीन ह्या इंजिनियर ने ती चिप इंटेल मध्ये तयार केली. ह्या पहिल्या चिप मध्ये २००० पेक्षा जास्त ट्रान्सिस्टर होते. त्याचं नाव होतं सी ४००४. त्यांनी तयार केलेली मायक्रोचिप ही आता कोणीही प्रोग्रॅम करू शकत होतं. त्यात बदल नं करता. ही चिप पुढे सगळ्या संगणक तंत्रज्ञानाचा पाया ठरली. त्याला ह्या लोकांनी नाव दिलं सेंट्रल प्रोसेसिंग युनिट (सिपियू). आज हा सिपियू प्रत्येक संगणकात असतो. इंटेल नी संगणकाच्या सिपियू मध्ये अनेक चांगले बदल केले. त्यांचा ८८०० नावाचा सिपियू पॉप्युलर इलेक्ट्रॉनिक्स नावाच्या एका नियतकालिकात एका किट बरोबर मिळू लागला. हेच किट वापरून बिल गेट्स आणि स्टिव्ह जॉब्स यांनी स्वतःसाठी त्यांचे पर्सनल कॉम्पुटर बनवले - आणि इतिहास रचला. इंटेल मध्ये काम करत असतांना गॉर्डन मूर यांनी १९६५ साली त्यांचा जगप्रसिद्ध मूर्स लॉ जगासमोर मांडला. त्यांनी ह्या मूर्स लॉ मध्ये असं म्हटलंय की दर दोन वर्षांनी एका आयसी मधले ट्रान्सिस्टर दुप्पट होतायत. म्हणजेच संगणकाची क्षमता दर दोन वर्षांनी दुप्पट होत्येय. पुढे तर हा वेग खूपच वाढला आणि काही दशकांत आपण मोबाइल वापरण्या पर्यंत मजल मारली.

ह्या दरम्यान च्या काळात आपण काय काम करतोय हे जगाला दाखवूयात म्हणून नॉयस नी जपानच्या काही प्रतिनिधींना इंटेल मध्ये आमंत्रण दिलं. जपानी लोकांचा जथ्थाच्या जथ्था इंटेल मध्ये आला. त्यांनी पद्धतशीर सगळी माहिती मिळवली आणि जपान मध्ये जाऊन मेमरी चिप बनवायला सुरुवात केली. जपानी मेमरी चिप नी पुढे मार्केट इतकं काबीज केलं की इंटेल ला त्या धंद्यातून बाहेर पडायला लागलं. असो!

दरम्यान फेअरचाइल्ड ची ८ मंडळी त्यांच्या कडे असलेला पैसा आणि वेळ इतर नवीन होतकरू तरुणांना त्यांच्या कल्पना प्रत्यक्षात आणायला मदत करत होती. त्यातूनच मग ए एम डी, सॅन्डिस्क, एलएसआय लॉजिक ह्या कंपन्या उभ्या राहिल्या. तब्बल १२ वर्षात सिलिकॉन व्हॅली मध्ये ३० नवीन कंपन्या ह्या लोकांच्या मदतीने उभ्या राहिल्या. १९७० च्या सुमारास स्टिव्ह जॉब्स (त्याच्या कारकिर्दीची सुरवात होत असतांना) त्याच्या मोटर बाईक वरून नॉयस च्या घरी जाऊन तासंतास त्याच्याशी गप्पा मारत बसायचा असं जाणकार सांगतात. ऍपल चा पहिला इन्वेस्टर हा सुद्धा आर्थर रॉक होता. ह्याच रॉक ने फेअरचाइल्ड ला सुरुवातीला इन्व्हेस्टर मिळवायला मदत केली होती. १९७२ साली क्लेनेर ने क्लेनेर-पर्किन्स नावाची एक व्हेंचर कॅपिटल कंपनी काढली. फेअरचाइल्ड मध्ये काम करणारा त्यांचा सेल्स चा कार्यकारी संचालक -डॉन व्हॅलेंटाईन- याने पुढे सेकोइया कॅपिटल नावाची एक कंपनी काढली. ही आजची सगळ्यात अग्रगण्य व्हेंचर कॅपिटल कंपनी मानली जाते. ह्या कंपन्यांची मदत आणि मार्गदर्शन घेऊन सन मायक्रो सिस्टिम्स, नेटस्केप, पे-पॅल अश्या अनेक कंपन्या सॉलिकॉन व्हॅली मध्ये उदयास आल्या. जाणकारांनी अभ्यास केला तेव्हा त्यांना तब्बल १३० हून अधिक सिलिकॉन व्हॅली मधल्या अश्या कंपन्या फेअरचाइल्ड शी निगडित सापडल्या. केवळ आपल्यापुरताच विचार नं करता 'एक मेकां साह्य करू, अवघे धरू सुपंथ' ह्याचं हे एक अप्रतिम उदाहरण आहे. पैश्याने, ज्ञानाने, अनुभवाने ज्याला जशी गरज असेल तशी मदत ह्या फेअरचिल्ड्रन कंपन्यांना ही फेअरचाइल्ड ची मंडळी सातत्याने करत राहिली म्हणूनच आयटी सारखा मोठा उद्योग सिलिकॉन व्हॅली मध्ये उभा राहू शकला.

असं म्हणतात की सूर्याच्या रथाला ७ घोडे असतात आणि त्याचा सारथी अरुण असतो. हे सात घोडे तो अरुण दौडत नेतो आणि सगळ्या विश्वाला अंधारातून नवी प्रकाशवाट दाखवतो. फेअरचाइल्ड ही कंपनी ८ मित्रांनी एकत्र येऊन स्थापन केली. आपल्याला मिळालेला पैसा हा फक्त आपल्या आणि आपल्या मुलांच्या उपभोगासाठी नं साठवता. ह्या ८ही जणांनी स्वतः संतुष्ट राहून तो नवीन कंपन्यांना आपल्या पायावर उभं राहता यावं म्हणून वापरला. प्रचंड मेहेनत, बुद्धिमत्ता आणि एकमेकांना सातत्याने साहाय्य करणे याने फक्त स्वतःलाच नव्हे तर सगळ्या विश्वाला उषेचा नवा किरण दिसतो. हे त्यांनी सिद्ध केलंय. आपल्याकडे असाच एक उद्बोधक श्लोक आहे.

प्रयत्ने वाळूचे कण रगडीता तेलही गळे |
तृषार्ताची तृष्णा मृगजळ पिऊनही वितळे ||
सशाला दिसे विपिन फिरता शृंगही जरी |
परंतु मूर्खाचे हृदय धरवेना क्षणभरी ||

प्रयत्न सातत्याने वाळू चे कण रगडून प्रसंगी तेलही मिळतं. तद्वत वाळूचे शुद्धीकरण करून संपूर्ण आयटी क्षेत्र आज ठाम उभं आहे. त्याची फळं आपण सगळेच उपभोगतोय. आता तर हा रथ झुकुझुकू करत धुरांच्या रेषा हवेत सोडत आज क्लाऊड वर जाऊन पोचलाय.

जगाच्या पाठीवर कुठेही बसून आज आपल्याला जे हवं ते आणि हवं तेव्हा मिळायला लागलंय.

ह्या फेअरचाइल्ड च्या गोष्टीतून प्रेरणा नं घेण्याचा मूर्खपणा नं करणं हेच आपल्याला श्रेयस नाही का.

विश्वकल्याण प्रार्थना,

केदार दातार

(०९/०४/२०२२)

2

स्टॅनफोर्ड युनिव्हर्सिटी: व्हॅली घडवणारे ज्ञानपीठ

आयटी क्षेत्र म्हटलं की बे एरिया, सिलिकॉन व्हॅली हे शब्द कानावर पडतातच. आयटी हा उद्योग जन्माला आला तोच मुळी ह्या सिलिकॉन हेली आणि बे एरिया मध्ये. अमेरिकेतल्या कॅलिफोर्निया ह्या राज्यात उत्तरेला - आणि सॅन फ्रान्सिस्को बे च्या दक्षिणेला - ही सिलिकॉन व्हॅली आहे. सिलिकॉन व्हॅली चं आधीचं नावं होतं सॅन्टा क्लारा व्हॅली. १७०० च्या सुमारास इथे प्रचंड प्रमाणात फळांची लागवड केली जायची. जर्दाळू, द्राक्ष अश्या फळांच्या लांबच लांब बागा इथे होत्या. अजूनही कॅलिफोर्नियातले वाईन बनवणारे मुख्य उद्योग (नापा व्हॅली) इथे आहेत. पण १९५० च्या सुमारास स्टॅनफोर्ड युनिव्हर्सिटी च्या पुढाकाराने झालेल्या संशोधनातून ट्रान्सिस्टर मधले अनेक प्रगत शोध लागले आणि ही व्हॅली, सिलिकॉन व्हॅली ह्या नावाने सगळ्या जगाला माहित झाली. स्टॅनफोर्ड युनिव्हर्सिटी नसती तर ट्रान्सिस्टर मध्ये प्रगती कदाचित झालीच नसती आणि सिलिकॉन व्हॅली निर्माण झालीच नसती असं जाणकार सांगतात. हे कसं काय घडलं? ह्यात स्टॅनफोर्ड युनिव्हर्सिटीचं योगदान काय आहे? ह्याचा मागोवा घेणारी ही शोध कथा.

कुठलाही उद्योग उभा करायला ज्या मुख्य गोष्टी लागतात त्यात - प्रयोगशीलता, तांत्रिक आणि मूलभूत शोध, मनुष्यबळ, कौशल्य क्षमता, जागा आणि पैसा - ह्या प्रमुख आहेत. हे खत पाणी असलं, की त्या उद्योगाचं बीज रुजतं आणि त्याचा मोठा वृक्ष होतो. त्याला गोड-गोमटी, रसाळ फळं लगडतात. हे खत पाणी ज्या मातीतुन तयार होतं, ती जमीन पण सुपीक आणि पोषक असायला लागते. हे असं पोषक वातावरण आयटी उद्योगाला पुरवलं ते स्टॅनफोर्ड युनिव्हर्सिटी ने. स्टॅनफोर्ड युनिव्हर्सिटी ही एक खाजगी युनिव्हर्सिटी (ज्ञानपीठ) आहे. ह्याचं संपूर्ण नाव - लेलँड स्टॅनफोर्ड ज्युनिअर युनिव्हर्सिटी - असं आहे. आपल्या मुलाची - लेलँड स्टॅनफोर्ड ज्युनिअर - ह्याची आठवण म्हणून लेलँड स्टॅनफोर्ड सिनियर यांनी उभी केलेली युनिव्हर्सिटी म्हणजेच स्टॅनफोर्ड युनिव्हर्सिटी. ह्याची स्थापना झाली १८८५ मध्ये. पण ह्या संस्थेत विद्यार्थ्यांची पहिली बॅच ॲडमिट व्हायला ६

वर्षं लागली. १ ऑक्टोबर १८९१ मध्ये ह्या पहिल्या बॅचने युनिव्हर्सिटीत प्रवेश घेतला आणि पुढे ह्या संस्थेने इतिहास घडवला.

लेलँड स्टॅनफोर्ड हे १८०० च्या सुमारास अमेरिकेतलं एक मोठं प्रस्थ होतं. अमेरिकेत फर्स्ट ट्रान्स कॉंटिनेंटल रेलरोड प्रोजेक्ट चे ते संस्थापक-अध्यक्ष होते. कॅलिफोर्निया राज्याचे ते गव्हर्नर पण होते. त्या काळात अमेरिकेतल्या श्रीमंत मानल्या जाणाऱ्या लोकांच्या यादीत त्यांचं नाव अग्रस्थानी होतं. अमेरिकन गोल्ड रश मध्ये खाण कामगारांसाठी कॅलिफोर्नियात आपल्या भावांबरोबर त्यांनी एक दुकान सुरु केलं. ते मोठं होत गेलं. स्टॅनफोर्ड हे मोठे श्रीमंत व्यापारी झाले. सॅन्टा क्लारा मध्ये प्रचंड मोठी इस्टेट त्यांनी विकत घेतली. त्यात फळांची मोठी लागवड ते करत होते. ही फळं एक्स्पोर्ट होत होती. भरपूर पैसा मिळत होता. १८५० मध्ये लेलँड सिनियर यांचं लग्न झालं. जेन लेथरोप ही त्यांची पत्नी. मोठ्या माणसांची दुःख पण मोठीच असतात. ह्या दाम्पत्याला बरीच वर्षं मूल होत नव्हतं. एवढी श्रीमंती असून सुद्धा लेलँड नंतर त्यांच्या इस्टेटीला वारस नव्हता. शेवटी देवाच्या कृपेने लेलँड हे ४४ वर्षांचे असतांना त्यांना एक मुलगा झाला. त्याचं नाव ठेवलं लेलँड डेविट स्टॅनफोर्ड (ज्युनिअर). पण त्यांच्या नशिबात हे सुख फार काळ टिकणार नव्हतं. १६ वर्षांचा व्हायला अवघे २ महिने राहिले असतांना हा मुलगा टायफॉईड चं निमित्त होऊन देवाघरी गेला. लेलँड आणि जेन यांना प्रचंड दुःख झालं. आपला सगळा पैसा हा लोककल्याणासाठी वापरायचा असं त्यांनी ठरवलं. आपल्या मुलाच्या नावाने एक विश्व विद्यापीठ निर्माण करायचा विचार लेलँड सिनियर आणि जेन यांनी निश्चित केला. आणि स्टॅनफोर्ड युनिव्हर्सिटी चा जन्म झाला. आज पालो अल्टो जवळ स्टॅनफोर्ड यांच्या इस्टेटीवर ८१८० एकराच्या कॅम्पस वर ही स्टॅनफोर्ड युनिव्हर्सिटी उभी आहे.

सुरुवातीचा काळ हा ह्या युनिव्हर्सिटीसाठी खूपच खडतर गेला. कारण १८९१ मध्ये लेलँड स्टॅनफोर्ड यांचं निधन झालं. जेन ह्या त्यांच्या पत्नीकडे सूत्र आली. जेन यांनी पण ती जबाबदारी नेटाने सांभाळली. विद्यार्थ्यांची संख्या पण चांगली होती. ह्यात मुलींची संख्या पण वाढत होती. पण जेन आता ७० वर्षांच्या झाल्या होत्या. त्या थकत चालल्या होत्या. त्यांनी १८९९ साली आपली सगळी मिळकत ही युनिव्हर्सिटीच्या नावाने करायचं ठरवलं. आपल्या पश्चात युनिव्हर्सिटीचं काम नीट चालावं हा त्या मागे त्यांचा हेतू होता. मुळात स्टॅनफोर्ड ची स्थापना ही कोएड (मुला -मुलींची एकत्र शाळा) म्हणूनच झाली होती. पण त्यांना काय वाटलं कोण जाणे. एक वेगळीच अट त्यांनी घातली. कुठल्या ही वेळेला युनिव्हर्सिटीतल्या मुलींची संख्या ही ५०० पेक्षा जास्त असू नये अशी ती अट होती. पण नंतर त्यांच्या पश्चात हा नियम बंद करण्यात आला. लगेच १९०६ मध्ये सॅन फ्रान्सिस्को मध्ये मोठा भूकंप झाला. युनिव्हर्सिटी कॅम्पस चा बराचसा भाग त्यात उध्वस्त झाला. पण त्यात सुद्धा युनिव्हर्सिटी टिकून राहिली. २०व्या शतकाच्या सुरुवातीला युनिव्हर्सिटीची बरीच प्रगती झाली. ह्यात हर्बर्ट हूवर ह्या युनिव्हर्सिटीच्याच माजी विद्यार्थ्याने पुढाकार घेतला. हूवर हे अमेरिकेचे ३२ वे राष्ट्राध्यक्ष होते. स्कूल ऑफ मेडिसिन, लॉ, बिझिनेस ची

पण सुरुवात झाली. स्टॅनफोर्ड लिनिअर एक्सेलरेटर सेंटर (एस एल ए सी) ह्या पार्टीकल फिसिक्स मध्ये संशोधन करणाऱ्या संस्थेचा जन्म युनिव्हर्सिटी मध्ये झाला. स्टॅनफोर्ड मध्ये संशोधनाला पहिल्या पासूनच महत्व होतं. पण खऱ्या अर्थाने प्रगतीला सुरुवात झाली ती १९५०-१९६० च्या सुमारास. त्यात फ्रेडरिक टर्मन यांचा वाटा मोलाचा होता.

टर्मन हे बे एरियातच लहानाचे मोठे झाले होते. त्यांचे वडील - लेविस टर्मन - हे स्टॅनफोर्ड मध्येच सायकॉलॉजिचे विख्यात प्रोफेसर होते. ह्या लेविस टर्मन यांनीच जगविख्यात असलेल्या आय क्यू टेस्ट चा शोध लावला. फ्रेड यांनी स्टॅनफोर्ड मधूनच इलेक्ट्रिकल इंजिनीरिंग मध्ये मास्टर प्रोग्रॅम पूर्ण केला आणि ते एम आय टी ह्या युनिव्हर्सिटी मध्ये डॉक्टरेट करायला गेले. डॉक्टरेट पूर्ण झाल्यावर टर्मन, स्टॅनफोर्ड ला परत आले. त्यांनी व्हॅक्युम ट्यूब लॅब ची स्थापना केली. रेडिओ इंजिनीरिंग मध्ये रिसर्च सुरु केला. टर्मन यांच्या मार्गदर्शना खाली, हार्वर्ड मधल्या एका टीम ने, रेडिओ जॅमर्स बनवले. याचा उपयोग दुसऱ्या महायुद्धामध्ये खूप झाला. युद्ध संपल्यानंतर टर्मन, पुन्हा स्टॅनफोर्ड ला परत आले. त्यांनी स्टॅनफोर्ड माइक्रोवेव्ह लॅब ची सुरुवात केली. आपलं संशोधन हे जगाला उपयोगी व्हावं ह्या कडे त्यांचं लक्ष असे. त्यातूनच मग स्टॅनफोर्ड रिसर्च पार्क ची स्थापना त्यांनी केली. युनिव्हर्सिटी कडे प्रचंड प्रमाणात जागा उपलब्ध होती. ती जागा युनिव्हर्सिटीमधल्याच संशोधना वर आधारित प्रॉडक्ट बनवणाऱ्या कंपन्या उभ्या करायला करायची अशी त्यांची संकल्पना होती. आपल्या विद्यार्थ्यांना ते स्वतःच्या कंपन्या सुरु करायला प्रोत्साहन देत असत आणि पडेल ती मदत सुद्धा करत असत. त्यांच्या मार्गदर्शनाखाली पुढे उद्योगपती म्हणून नावारूपाला आलेले अनेक विद्यार्थी संशोधन करत होते. त्यात बिल ह्युलेट, डेविड पॅकार्ड हे सुद्धा होते. ह्या दोघांनी पुढे जाऊन एच पी ही जगातली पहिली स्टार्ट अप कंपनी सुरु केली, ती सुद्धा टर्मन ह्यांच्या मार्गदर्शना मुळेच. टर्मन यांनी या दोघांना युनिव्हर्सिटीची जागा तर भाड्याने दिलीच पण ५०० डॉलर चा स्टार्ट उप फंड उभा करायला मदत सुद्धा केली. टर्मन चे विद्यार्थी पण त्यांच्या सारखेच विज्ञानाशी एकनिष्ठ होते. आपल्या कंपनीचं नाव एच पी ठेवायचं का पी एच, असा जेव्हा प्रश्न बिल ह्युलेट, डेविड पॅकार्ड यांच्या पुढे उभा राहिला तेव्हा असं म्हणतात की त्यांनी एक टॉस केला. जो जिंकेल त्याचं नाव आधी वापरायचं असं निश्चित केलं. बिल ह्युलेट जिंकले आणि कंपनीचं नाव एच पी ठेवण्यात आलं. एच पी सारख्याच अनेक कंपन्या आता स्टॅनफोर्ड च्या जागेत उभ्या राहू लागल्या. त्यात सुरुवातीला ईस्टमॅन कोडॅक, लोकहिड मार्टिन ह्या ही होत्या. पुढे शोकले यांची शोकले सेमीकंडक्टर, त्यातून निर्माण झालेली फेअरचाइल्ड सेमीकंडक्टर, इंटेल, ए एम डी अशी अनेक नावं घेता येतील. म्हणूनच फ्रेड टर्मन यांना फादर ऑफ सिलिकॉन व्हॅली (सिलिकॉन व्हॅली चे जनक) असं म्हटलं जातं.

ह्याच दरम्यान स्टॅनफोर्ड च्या ट्रस्टींनी १९४६ साली स्टॅनफोर्ड रिसर्च इन्स्टिटयूट नावाची एक संस्थाच उभी केली. ह्याच संस्थेत डग्लस एंगेलबर्ट यांनी माउस आणि हायपर टेक्स्ट टूल्स (आजचं इंटरनेट) चे मूलभूत शोध लावायला सुरुवात केली. १९७० साली,

एंगेलबर्ट यांच्या हाताखाली संशोधन करत असलेल्या काही लोकांना झेरॉक्स नी नोकरी दिली आणि झेरॉक्स पालो अल्टो रिसर्च सेंटर (पार्क) ची स्थापना केली. ह्या झेरॉक्स पार्क मध्ये झालेल्या रिसर्च मधूनच मग थ्रीकॉम, अड़ोबे, सिस्को, ऍपल, मायक्रोसॉफ्ट ह्या कंपन्यानी त्यांचे प्रॉडक्ट तयार केले, मार्केट मध्ये आणले आणि इतिहास घडला हे सर्वज्ञात आहेच. १९७० सलीच स्टॅनफोर्ड ऑफिस ऑफ टेकनॉलॉजि लायसेन्सिंग ची स्थापना झाली. ह्या संस्थेनी स्टॅनफोर्ड मधल्या रिसर्च ला पेटंट लायसन्स मिळवून दिले. जाणकारांच्या मते, तब्बल ४० वर्षांत, ह्या संस्थेतुन ८३०० शोध लागलेले आहेत आणि त्यातून ३५०० लायसन्स निर्माण झालेत. ह्यात डी एस एल, एफ एम रेडिओ, डी एन ए हे शोध कमर्शिअलाइझ करण्याचं मोठं काम ह्या संस्थेनी केलंय. ह्यात - सगळ्या - जगाला इंटरनेट सुलभ रित्या वापरता येण्यासाठीच्या एका शोध निबंधाचा उल्लेख करावाच लागेल. तो म्हणजे गूगल चा. तब्बल ४ वर्षं खपून राजीव मोटवानी ह्या आपल्या मेंटॉर च्या मार्गदर्शनाखाली, लॅरी पेज आणि सर्गेय ब्रिन यांनी गूगल चं अल्गोरिथम तयार केलं. सुरुवातीला स्टॅनफोर्ड ऑफिस ऑफ टेकनॉलॉजि लायसेन्सिंग नी त्यांना ते त्याकाळात प्रसिद्ध असलेल्या ४ सर्च इंजिन बनवणाऱ्या कंपन्यांना लायसन्स करायला म्हणून विचारलं. पण ह्या ४ही कंपन्यांनी नकार दिला. मग वैतागून ह्या दोघांनी स्वतःची कंपनी सुरु करायचं ठरवलं. स्टॅनफोर्ड नी त्यांना कंपनी स्थापन करायला मदत केली. आणि आपण सगळेच आज वापरतो ते इंटरनेट सर्च इंजिन - गूगल - उभं राहिलं.

अश्या ह्या अनेक शोध निबंधांमध्ये स्टॅनफोर्ड चा मोलाचा वाटा आहे. ८५ च्या आसपास नोबेल पारितोषिकं, २९ ट्युरिंग अवॉर्ड, ८ फील्ड मेडलिस्ट हे स्टॅनफोर्ड युनिव्हर्सिटीशी माजी विद्यार्थी म्हणा किंवा शिक्षक या नात्याने निगडित आहेत. ह्यात अनेक ट्रिलियन डॉलरची उलाढाल आयटी मध्ये होत्येय ती स्टॅनफोर्ड नी उपलब्ध करून दिलेल्या अनेक संस्था, लॅब, जागा ह्यांच्या बळावरच, हे विसरून मुळीच चालणार नाही. स्टॅनफोर्ड नी अनेकांना स्वप्न बघायला आणि ती पूर्ण करायला वाट दाखवली. हे जेव्हा समजतं, तेव्हा शांता ताई शेळक्यांचीच एका लोकप्रिय कविता आठवते. ह्या कवितेत त्या म्हणतात.

ही वाट दूर जाते, स्वप्नामधील गावा |
माझ्या मनातला का तेथे असेल रावा ||
जेथे मिळे धरेला आभाळ वाकलेले |
अस्ताचलास जेथे रविबिंब टेकलेले |
जेथे खुळ्या ढगांनी रंगीन साज ल्यावा ||
घे साउली उन्हाला कवळून बाहुपाशी |
लागुन ओढ वेडी खग येति कोटरासी |
एकेक चांदणीने नभदीप पाजळावा ||
स्वप्नामधील गावा स्वप्नामधून जावे |
स्वप्नातल्या प्रियाला मनमुक्त गीत गावे |

स्वप्नातल्या सुखाचा स्वप्नीच वेध घ्यावा ||

स्टॅनफोर्ड ने दाखवलेली स्वप्नांची वाट ही आज सुद्धा अनेकांना मार्गदर्शक ठरत्येय. अनेक स्वप्न घेऊन स्टॅनफोर्ड मधून विद्यार्थी बाहेर पडतायत. त्यांची स्वप्न पूर्ण करतायत. स्टॅनफोर्ड आज जगातली सगळ्यात मोठी उद्योजक निर्माण करणारी संस्था म्हणून नावारूपाला आलीये, ते ह्याच कारणामुळे. आपली भारतीय मुलं पण ह्यात मागे नाहीयेत. सिलिकॉन व्हॅली मध्ये जन्माला आलेली एच पी ही कंपनी आता व्हॅलीतुन टेक्सास मध्ये स्थलांतरित झाली आहे. अनेक कंपन्या ह्या कॅलिफोर्निया मधून बाहेर पडतायत. इतर राज्यात स्थलांतरित होतायत. ह्याचं मुख्य कारण म्हणजे महागाई. कॅलिफोर्नियात आता जागा खूपच महाग झाल्या आहेत. खर्च कमी करायला म्हणून जरी हे स्थलांतर सोयीचं असलं, तरी त्यांना स्टॅनफोर्ड सारखं ज्ञानपीठ तिथे उभं करता येईल का? स्टॅनफोर्ड ने जे उदाहरण (मॉडेल) जगासमोर ठेवलंय ते इतर ठिकाणी पुन्हा उभं (रेप्लिकेट) करणं सोपं आहे का? हे काळच ठरवेल. तो पर्यंत आपण आपला अभ्यास चालू ठेवूयात. कारण जगाच्या पाठीवर कुठेही असलो तरी ज्ञान, संशोधन हीच स्वप्नपूर्तीची मूलभूत साधनं आहेत हे समजलं, की आपली साधना आपल्याला अखंडित चालू ठेवायला कुठल्याच मर्यादा राहणार नाहीत हे निश्चित.

विश्वकल्याण प्रार्थना,

केदार दातार

(१६/०४/२०२२)

3

व्हॅलीतले व्हेंचर कॅपिटालिस्ट: कंपन्या घडवणारी फॅक्टरी

स्टार्ट-अप हा शब्द आज खूपच प्रचलित झालाय. अगदी मुलांच्या शाळे पासून ते कोपऱ्यावरच्या गल्ली-बोळापर्यंत, नव्याने सुरु झालेल्या स्टार्ट-अप कंपन्यांची चर्चा सुरुच असते. ह्या नव्या संस्कृतीचं - स्टार्ट-अप कल्चर - असं बारसं सुद्धा आपण केलेलं आहे. स्टार्ट-अप म्हंटलं की व्हेंच्युअर कॅपिटल, एंजल इन्व्हेस्टर हे शब्द सुद्धा कानावर पडतात. ह्या स्टार्ट-उप कंपन्यांना भांडवल पुरवणारे ते व्हेंच्युअर कॅपिटलिस्ट हे समीकरण सुद्धा आपल्याला साधारणपणे माहित असतं. पण ह्याची सुरुवात कशी झाली. जगाच्या पाठीवर ज्ञात असलेला, पहिला व्हेंच्युअर कॅपिटलिस्ट कोण? हे जाणून घेण्याची उत्कंठा आपल्याला असतेच. ह्या स्टार्ट-अप कल्चर आणि व्हेंच्युअर कॅपिटलिझम् चा उदय कसा झाला हे जाणून घेण्यासाठीचा हा खटाटोप.

सगळ्यात आधी ह्या शब्दांचा अर्थ काय आहे ते समजून घेऊयात. स्टार्ट-अप ह्याचा शब्दशः अर्थ आहे सुरु-करा. कुठलीही नवीन कल्पना, एखादी सामाजिक किंवा व्यासायिक समस्या सोडवण्यासाठी केलेली प्रयात्नांची सुरुवात म्हणजेच स्टार्ट-अप - "सुरु करणे". आता व्हेंच्युअर आणि कॅपिटल ह्यात दोन शब्दं आहेत. त्यात व्हेंच्युअर म्हणजे एखादं जोखमीचं काम हाती घेणं आणि कॅपिटल म्हणजे ते जोखमीचं काम सुरु करायला लागणारं भांडवल पुरवणं किंवा उभं करणं - हा अर्थ आहे.

ह्या गोष्टी अगदी पूर्वापार चालत आलेल्या आहेत. जोखीम पत्करून, प्रवास करून, एखादा व्यापार करण्याची दोन उदाहरणंच आपल्या भारत देशाशी आणि त्याबरोबर आलेल्या १५०हुन अधिक वर्षांच्या आपल्या गुलामगिरीशी संबंधित आहेत. आपला देश हा त्याकाळी खूप समृद्ध होता. हे ह्या वरून नक्कीच सिद्ध होतं. आपल्या बरोबर व्यापार

करायला (आपल्याला लुटायलाच) इथे आलेल्या युरोपियनांच्या टोळ्या हा त्याचा पुरावा. १६०२ साली डच ईस्ट इंडिया कंपनी आणि ब्रिटिश ईस्ट इंडिया कंपनी नावाच्या दोन कंपन्याच स्थापन झाल्या. ह्या कंपन्यांचे शेअर युरोपातल्या लोकांना विकत घेता येत होते. युरोपातून भारतात येण्यासाठी मोठमोठी जहाजं निघत असत. ह्यासाठी खूप पैसा लागत असे. तो उभा करण्याचं काम ह्या कंपन्या करत. प्रत्येक जहाज हे परत येईलच ह्याची खात्री नसायची. म्हणजेच हे प्रचंड जोखमीचं काम होतं. एवढी जोखीम पत्करून एखादं जहाज परत आलं, की आणलेल्या मालाचा व्यापार करून जो पैसा मिळेल तो ह्या कंपन्यांचा फायदा. ह्या मिळकतीत कंपनीत पैसे गुंतवलेल्या जनतेला, त्यातला थोडा हिस्सा मिळत असे. ही जोखीम पत्करून, जहाज परत आणल्याबद्दल त्या जहाजाच्या मालकाला त्यातला २०% एवढा वाटा दिला जायचा. पण ह्याला कोणी स्टार्ट-अप असं म्हंटलं नाही आणि ह्या कंपन्यांना व्हेंच्युअर कॅपिटॅलिस्ट असं पण कोणी त्या वेळी संबोधलं नाही. मग खऱ्या अर्थानं व्हेंच्युअर कॅपिटॅलिस्ट उभे राहिले कुठे आणि कसे? ह्याचा शोध घेणं गरजेचं ठरतं. आणि आपली नजर अमेरिकेतल्या इतिहासाकडे वळते. १९५८ साली अमेरिकेत एक कायदा पास झाला. ह्याचं नांव - अमेरिकेन स्मॉल बिझनेस इन्व्हेस्टमेंट ऍक्ट (एस बी आय ए). ह्या कायद्यामुळे प्रायव्हेट कंपन्या स्थापन करून, अमेरिकेतल्या छोट्या धंद्यांना भांडवल पुरवता येणं सोपं झालं. त्या आधी मोठमोठे गर्भश्रीमंत लोकंच, नव्या कंपन्या उभ्या करू शकत होते. ह्या कायद्यात अशा प्रायव्हेट कंपन्यांना आता लोकां कडून पैसे जमा करून छोटासा का होईना, एखादा नवीन उद्योग सुरु करता येत होता. त्यात इन्कम टॅक्स मध्ये सवलती पण मिळत होत्या. पण तरी सुद्धा ह्या धंद्याला चांगले दिवस यायला तब्बल २२ वर्ष लागली.

हा कायदा १९५८ साली यायच्या अगोदर एका द्रष्ट्या माणसाने जगातली पहिली अशी व्हेंच्युअर कॅपिटल कंपनी सुरु केली. सगळ्या जगापुढे ह्या नवीन संकल्पना त्यांनी मांडल्या आणि सिद्ध करून दाखवल्या. त्या बद्दल जाणून घेणं महत्वाचं आहे. ह्या द्रष्ट्या माणसाचं नांव आहे जॉर्जेस डोरिओट. डोरिओट यांचा जन्म पॅरिस मध्ये झाला. त्यांचे वडील ऑगस्टे डोरिओट हे एक उत्तम इंजिनियर होते. त्यांची डी एफ पी नावाची एक कंपनी होती. ही कंपनी गाड्यांचे (कार) इंजिन तयार करत असे. ही इंजिन इतकी प्रगत त्यांनी केली की असं म्हणतात - बेंटली ह्यांनी १९१३ आणि १९१४ साली ब्रूकलँड इथे ह्या गाड्या चालवून रेकॉर्ड प्रस्थापित केले. जॉर्जेस डोरिओट हे सुद्धा वडिलांच्या सारखेच महत्वाकांक्षी आणि कर्तबगार होते. १९२० साली जॉर्जेस डोरिओट फ्रांस च्या आर्मीत दाखल झाले. पण त्यांना अजून खूप शिकायचं होतं. म्हणून ते अमेरिकेला आले. त्यांनी हार्वर्ड बिझनेस स्कुल मध्ये प्रवेश मिळवला आणि १९२६ साली हार्वर्ड मध्येच प्रोफेसर म्हणून रुजू झाले. १९४० साली डोरिओट यांना अमेरिकन नागरिकत्व मिळालं. २ऱ्या महा युद्धाच्या वेळी ते अमेरिकन मिलिटरी प्लानिंग डिव्हिजन मध्ये काम पाहात होते. ह्या काळात त्यांनी आणि त्यांच्या रिसर्च टीम नी अमेरिकन आर्मीसाठी उपयुक्त अश्या अनेक गोष्टी बनवल्या.

लागते. जुळवून घेता आलं नाही तर कधी-कधी ही इन्व्हेस्टर मंडळी त्या कंपनीच्या तरुण संस्थापकाला काढून त्याच्या जागी एक अनुभवी संचालक नेमायला सुद्धा कमी करत नाहीत. हे लक्षात घेणं गरजेचं आहे. हे सगळं नाट्य घडतं याचं कारण, ह्यात प्रचंड जोखीम असते आणि सगळ्यांचेच भरपूर पैसे गुंतलेले असतात यासाठी. असुरक्षितता ही ह्या प्रवासात सुरुवातीलाच पुजलेली असते. ९०% कंपन्या हा सगळा प्रवास पूर्ण करूच शकत नाहीत. असं आकडे मांडल्यानंतर दिसून आलंय. तरी सुद्धा आज कितीतरी ट्रिलियन डॉलर अनेकांनी ह्यात गुंतवलेले आहेत आणि अजून कितीतरी पैसा ओतला जातोय. ह्याचं मुख्य कारण म्हणजे एक प्रकारची नशा आणि काहीतरी नवीन, अलौकिक निर्माण करण्याचा कैफ ह्या सगळ्या धंद्यात आहे म्हणून.

सिलिकॉन व्हॅलीत ह्या सगळ्याची सुरुवात झाली ती १९७२ साली. युजीन क्लायनर आणि टॉम पर्किन्स ही जोडी एकत्र आली आणि त्यांनी क्लायनर-पर्किन्स नावाची कंपनी स्थापन केली. युजीन क्लायनर हे फेअरचाइल्ड च्या ८ जणांपैकी एक संस्थापक होते आणि टॉम पर्किन्स हे एच पी मध्ये इंजिनीअर होते. हे दोघेही डोरिओट ह्यांचे शिष्य. त्यांनी एकत्र येऊन ९०० व्हेंच्युअर मध्ये पैसे गुंतवले. त्यात अमेरिका ऑनलाईन, ॲमेझॉन, टॅनडेम, कॉम्पॅक, जेनेनटेक, गूगल, नेटस्केप, सन मायक्रोसिस्टिम्स, स्नॅप आणि ट्विटर अशी मोठ्या झालेल्या कंपन्यांची यादी आहे. त्याच सुमारास फेअरचाइल्ड मधून बाहेर पडलेल्या गॉर्डन मूर आणि रॉबर्ट नॉयस यांना परत कॅपिटल मिळवून देणारे आर्थर रॉक यांनी डेविस-रॉक अशी कंपनी १९६१ साली स्थापन केली. रॉक हे बरेच वर्षं इंटेल चे चेअरमन होते. त्यांच्या मार्गदर्शना खाली इंटेल आयपीओ पर्यंत पोचली. इंटेल चा आयपीओ ज्या दिवशी एनलिस्ट झाला त्याच दिवशी प्लेबॉय चा आयपीओ पण मार्केट मध्ये एनलिस्ट झाला होता. दोघांची लिस्ट प्राईझ पण सारखीच होती. पण ३ वर्षांतच इंटेल चा शेअर हा प्लेबॉय च्या शेअर पेक्षा १० पटींनी पुढे गेलेला होता. गॉर्डन मूर त्याची एक आठवण सांगतात तेव्हा म्हणतात की "लोकांनी मेमरी ला मॅमोरी (पेज ३) पेक्षा जास्त पसंती दिली" - असा एका ॲनालिस्ट ने लेख लिहिला होता म्हणे. रॉक यांनी स्वतः इंटेल साठी चा पहिला बिझनेस प्लॅन लिहिला असंही मूर सांगतात. तो फक्तं एका पानाचा बिझनेस प्लॅन होता. त्यात टाइपिंग च्या चुका पण होत्या. मोठा वाटावा म्हणून त्यात शब्दांच्या मध्ये दोन स्पेस त्यांनी दिल्या होत्या असंही गॉर्डन मूर सांगतात.

त्याच सुमारास, फेअरचाइल्ड मध्ये मार्केटिंग डायरेक्टर म्हणून काम करणाऱ्या डॉन व्हॅलेंटाईन यांनी बाहेर पडून सेकोइया कॅपिटल नावाची स्वतःची कंपनी सुरु केली. सुरुवातीला अतारी मध्ये त्यांनी पैसे गुंतवले. कारण अतारीच्या बुशनेल यांना होम गेमिंग कॉन्सोल बनवण्यासाठी भांडवल हवं होतं. अतारी मधली डॉन ची गुंतवणूक सुफळ ठरली. होम गेमिंग मार्केट खूप मोठं झालं. अतारी मध्येच काम करत असलेला एक तरुण एक दिवस डॉन कडे आला आणि म्हणाला की - मला तुम्ही माझी स्वतःची कंपनी उभी करायला मदत कराल का? डॉन नी जोखीम घेण्याची तयारी दाखवली म्हणून सेकोइया कॅपिटल नी

स्टीव्ह जॉब्स आणि वॉजनियॅक यांच्या ऍपल कंपनी मध्ये पैसे गुंतवले. जॉब्स त्यावेळी डॉन ला म्हणाला की आपल्याला ऍपल मोठी करायला काय लागेल - ते सांगा. डॉन नी त्याला एक अनुभवी मार्गदर्शक नेमायचा सल्ला दिला. जॉब्स म्हणाला की तुम्हीच सांगा कोणाला नेमायचं ते. डॉन ने त्याला माईक मारकुला यांचं नांव सुचवलं. माईक हे फेअरचाइल्ड मध्ये आधी काम करत होते. नंतर त्यांनी इंटेल मध्ये काही दिवस नोकरी केली आणि रिटायर झाले. रिटायर झाल्या नंतर ते त्यावेळी होतकरू तरुणांना कंपन्या स्थापन करायला छंद म्हणून फुकटात बिझनेस प्लान बनवून देण्याची मदत आणि मार्गदर्शन पण करत होते. पण डॉन च्या सांगण्यावरून माईक नी ऍपल मध्ये डायरेक्टर म्हणून काम पाहायला सुरुवात केली. माईक म्हणाले आपल्याला अजून अनुभवी मंडळी लागतील. म्हणून त्यांनी आर्थर रॉक यांना फोन केला. रॉक लगेच तयार झाले. सेकोइया कॅपिटल आणि आर्थर रॉक हे ऍपल चे सगळ्यात पहिले इन्व्हेस्टर झाले. पुढे ऍपल मोठी झाल्या नंतर त्यांना किती पटीने पैसे परत मिळाले हे वेगळं सांगायला नको. अश्या अनेक रंजक कथा ह्या व्हेंच्युअर कॅपिटल च्या इतिहासात आहेत. ह्या कंपन्या घडवणाऱ्या एन्जल (देवदूतांच्या) च्या कथा ऐकल्या, की ग. दि. माडगूळकर यांचं एक गाणं आठवतं.

विठ्ठला, तू वेडा कुंभार ||
फिरत्या चाकावरती देसी मातीला आकार |
विठ्ठला, तू वेडा कुंभार ||

माती, पाणी, उजेड, वारा |
तूच मिसळसी सर्व पसारा |
आभाळच मग ये आकारा |
तुझ्या घटांच्या उतरंडीला नसे अंत, ना पार |
विठ्ठला, तू वेडा कुंभार ||

घटाघटांचे रूप आगळे |
प्रत्येकाचे दैव वेगळे |
तुझ्याविना ते कोणा नकळे |
मुखी कुणाच्या पडते लोणी कुणा मुखी अंगार ||
विठ्ठला, तू वेडा कुंभार ||

तूच घडविसी, तूच फोडिसी |
कुरवाळिसि तू, तूच ताडिसी |
न कळे यातुन काय जोडिसी |
देसी डोळे, परि निर्मिसी तयांपुढे अंधार ||
विठ्ठला, तू वेडा कुंभार ||

अनेक पटींची जोखीम दिसत असतांना सुद्धा एखादा वेडाच (मुरलेला, अनुभवी) त्यात पैसे गुंतवायला तयार होतो. प्रसंगी स्वतःचे पैसे त्या तरुण मंडळींना देतो. त्यांची स्वप्न

पूर्ण करायला कुठून-कुठून पैसे गोळा करून आकाश पातळ एक करतो. तरुण संस्थापकांना वेळोवेळी मार्गदर्शन करतो. नवीन, अनुभवी माणसं जोडतो. प्रॉडक्ट चा घट तयार करायला मऊ लुसलुशीत मातीच लागते. आणि - हां - जर का कोणी तरुण संस्थापक टणक वागला तर कंपनीच्या भल्या साठी त्यालाही दूर करायला ही मंडळी मागे पुढे बघत नाहीत. सगळ्या खडतर पायऱ्या पार केल्यावरच आय पी ओ चं लोणी प्रत्येकाच्या मुखात पडतं आणि गंगेत घोडं न्हाऊन निघतं. ह्यातुन आपल्याला बरंच काही शिकण्यासारखं आहे. कारण आपण अभ्यासाशी निष्ठा बाळगून असतो. स्टार्ट-अप चा ग्राफ जसा आहे ना, तसाच एक शिक्षणाचा ग्राफ पण आहे. त्याला डनिंग-क्रुगर ग्राफ असं नांव आहे. ह्या ग्राफ मध्ये वाय-अक्ष रेषेवर आत्मविश्वास असतो आणि क्ष-अक्ष रेषेवर ज्ञान असतं. असा समज आहे की, सुरुवातीला जेव्हा ज्ञान सगळ्यात कमी असतं तेव्हा आत्मविश्वास (आत्मप्रौढी) अधिक शिगेला असते. अज्ञानांत सुख म्हणतात, ते हेच असेल कदांचित. पण जस-जसं ज्ञान वाढायला लागतं तसा आत्मविश्वास (आत्मप्रौढी) कमी-कमी होत जाते आणि ती जेव्हा सगळ्यात खालच्या पातळीवर येते त्याला व्हॅली ऑफ डिस्पेअर असं म्हणतात. जसं-जसं ज्ञान पुढे वाढतं, तसतसा आत्मविश्वास पण वाढत जातो आणि आपल्याला हे जमतंय असं वाटायला लागतं आणि एका अलौकिक दुनियेत आपण जातो. त्याला स्लोप ऑफ एनलाइटनमेंट असं नांव ह्या डनिंग-क्रुगर जोडीनी दिलेलं आहे. फक्त धीर धरून त्या प्रवासात टिकून राहणं आणि प्रयत्न सातत्य ठेवणं हे व्रत आपल्याला नेमस्थ पणे करावं लागतं हे निश्चित. ह्या स्टार्ट-अप आणि व्हेंच्युअर कॅपिटॅलिस्ट लोकांकडे असलेला उत्साह प्रचंड दांडगा असतो. तसाच तुमच्या आमच्यात तो जागृत राहो हीच त्या निसर्ग शक्ती कडे मागणी.

विश्वकल्याण प्रार्थना,
केदार दातार
(२३/०४/२०२२)

4

डॉक्टर कपानी: जगाला ज्ञानप्रकाशाची वाट दाखवणारा एक युगप्रवर्तक

इंटरनेट ही आज आपली सगळ्यांचीच मूलभूत गरज झालीये. हे इंटरनेट आता खूपच स्वस्त आणि वेगवान झालंय. हा वेग इंटरनेट ला आला ह्याचं कारण आहे फायबर ऑप्टिक्स नेटवर्क. ह्या फायबर ऑप्टिक्स मुळे आपल्याला पूर्वीपेक्षा किती तरी पटीने आणि वेगाने संदेश पाठवता येतात. आपण घरात बसून दूरच्या देशातल्या आपल्या मित्राशी प्रत्यक्ष बोलू शकतो. घरबसल्या आपली अनेक कामं झटपट पूर्ण होतात. इंटरनेट बंद असलं तर आपली बरीच कामं खोळंबतात. खूप जणांना तर अस्वस्थ वाटायला लागतं. आपल्या घरात बसून आपल्या कुटुंबा बरोबर एखादा सिनेमा आज सहज आपण बघतो. हे सगळं ब्रॉडबँड फायबर ऑप्टिक्स नेटवर्क आपल्या घरा पर्यंत पोचलंय ह्या मुळेच. ह्या फायबर ऑप्टिक्स चे जनक हे एक भारतीय आहेत हे बऱ्याच जणांना अजूनही माहित नाहीये. ह्या महान शास्त्रज्ञाचं नाव आहे डॉक्टर नरिंदर सिंग कपानी. ह्या डॉक्टर नरिंदर सिंग कपानी आणि फायबर ऑप्टिक्स ची ही गोष्ट.

३१ ऑक्टोबर १९२६ साली पंजाब मधल्या मोगा ह्या गावात, डॉक्टर नरिंदर सिंग कपानी यांचा जन्म झाला. त्याकाळी ब्रिटिश राजवट आपल्या भारतात होती. त्यांचे वडील हे रॉयल एअर फोर्स (हवाई दलात) काम करत होते. शत्रूच्या छावण्या आणि हालचाली ह्यांची विमानातून पाहाणी करून त्याचे फोटो काढून त्याचा वापर आपले पुढचे डावपेच कसे असावेत हे ठरवण्यासाठी सैन्यात केला जात असे. हे विमानातून फोटो काढण्यासाठी वेगळी माणसं त्यावेळी नेमलेली असत. त्यापैकी एक त्यांचे वडील होते. त्यांच्या वडिलंनी पहिल्या महायुद्धात जर्मन सैन्या विरुद्ध लढण्यासाठी ब्रिटिश वायू सेनेत हे काम पाहिलं. पहिल्या पासूनच आपल्या मुलावर विज्ञानाचे संस्कार असावेत अशी त्यांच्या वडिलांची इच्छा होती.

डॉक्टर कपानी यांचं सुरुवातीचं शिक्षण हे देहरादून मध्ये झालं. विज्ञान या विषयाची आवड असलेला माणूस हा श्रद्धाळू नसणारंच. अशी आपली खात्रीच असते. विज्ञानाची आवड असून सुद्धा नरिंदर यांचे वडील आणि आई हे सश्रद्ध होते. आपल्या मुलांवर आपल्या धर्माचे, त्यातल्या चांगल्या गोष्टींचे संस्कार सुद्धा झाले पाहिजेत ह्यासाठी ते प्रयत्नशील होते. ह्याची एक आठवण डॉक्टर सांगतात. त्यांच्या आजी कडे जनम-सखी ह्या शीख धर्म ग्रंथातील गोष्टींची, सुंदर चित्र असलेली दोन पुस्तकं होती. त्यातल्या गोष्टी ती आजी तिच्या नातवंडांना सांगत असे. ह्या गोष्टी शीख धर्म गुरु यांच्या असत. त्या रंजक असत. म्हणून सगळी मुलं त्या आवडीने ऐकत. संध्याकाळी वडील घरी आले की लहान नरिंदर आपल्या वडिलांना त्या गोष्टी उत्साहाने परत सांगत असे. अशीच एक गोष्ट आहे. गुरु नानक एकदा मक्केला जात होते. एका मशिदीत विश्रांती घेण्यासाठी ते थांबले. थकून ते आडवे झालेले असतांना, एका इमामाने त्यांना जागं करून सांगितलं. की तुम्ही काबा (मशिदीत जिथे मुख्य देव आहे, असं मानलं जातं, ती जागा) कडे पाय करून झोपलेला आहात. नानकजी म्हणाले की मी खूप थकलोय. माझे पाय तुम्ही उलट्या बाजूने फिरवा म्हणजे देवा कडे पाय राहणार नाहीत. त्या इमामाने तसे करताच ती मशीद फिरू लागली आणि जिथे नानक जींचे पाय असतील तिथे फिरून परत काबा कडेच त्यांचे पाय राहू लागले. त्यांचे वडील नरिंदर ना समजावून सांगत. की ह्या गोष्टींत देव सर्वत्र आहे हे लक्षात ठेवणं महत्वाचं आहे. मशीद कदाचित फिरली असेल किंवा नसेल. तो चमत्कार आहे की नाही ह्यात वाद घालण्यात काहीच अर्थ नाही. पण देवाचं अस्तित्व सगळीकडे आहे हे निर्वावाद सत्य लक्षात ठेवणं खूप महत्वाचं आहे. त्यामुळे लहानपणा पासून आपल्या धर्मा बद्दल आणि त्यातल्या शिकवणी बद्दल नारिंदर यांना कायम आपुलकी राहिली.

नरिंदर आता मोठे झाले. सुट्टीत वडिलांना त्यांच्या व्यवसायात मदत पण करू लागले. त्यांच्या वडिलांनी रिटायर झाल्या नंतर ट्रान्सपोर्ट चा व्यवसाय सुरु केला. ह्या कामात पण नरिंदर ह्यांनी खूप रस घेतला. डेड हेडिंग म्हणजे आपला ट्रक रिकामा परत येत असेल तर त्यात आपल्याला नुकसान होतं हे लक्षात घेऊन परत येणाऱ्या ट्रक मध्ये माल भरून तो परत कसा येईल याच्या योजना आखल्या. त्या नीट राबवल्या. ह्याबद्दल वडिलांनी त्यांचं कौतुक केलं हे सुद्धा डॉक्टर आवर्जून सांगतात. पुढे नरिंदर यांनी महाविद्यालयात प्रवेश मिळवला. एकदा भौतिक शास्त्राच्या वर्गात नरिंदर पेंगत होते. त्यांच्या शिक्षकांनी सांगितलं की प्रकाश हा एका सरळ रेषेतच प्रवास करतो. नरिंदर विचार करू लागले की असं कसं असेल? खरंच प्रकाश कधीच दिशा बदलून वाकडा जात नसेल का? ह्याचं उत्तर शोधायचं असा त्यांनी मनाशी घट्ट निश्चय केला. आणि त्या विषयाचा, त्या अभ्यासाचा ध्यासच घेतला.

शिक्षण संपवून नरिंदर यांना रायपूर इथल्या ऑर्डीनन्स फॅक्टरी मध्ये नोकरी मिळाली. इथेच त्यांना त्यांचे पहिले मार्गदर्शक (मेंटॉर) भेटले. श्री सहानी हे त्या फॅक्टरी चे डायरेक्टर होते. त्यांनी नरिंदर यांना विचारलं की तुला काय करायला आवडेल. नरिंदर नी उत्तर

दिलं. मला प्रकाश आणि ऑप्टिक्स ह्या क्षेत्रात काम करायचं आहे. सहानी यांनी नरिंदर यांना ऑप्टिक्स डिपार्टमेंट मध्ये काम करायला म्हणून नेमलं. इथे नरिंदर यांनी ग्लास कटिंग, ग्राइंडिंग, पॉलिशिंग, एज्जिंग पासून सगळ्या गोष्टी स्वतः शिकून त्याच्यात नैपुण्य मिळवलं. दोन वर्षांत कुठलेही ऑप्टिकल डिवाइस ते सहज बनवू शकत होते. पण आता नरिंदर यांना अजून शिकायचं होतं. म्हणून त्यांनी इंपिरियल कॉलेज लंडन इथे प्रवेश मिळवला. इथेही त्यांना प्रोफेसर हॅरोल्ड हॉपकिन्स यांच्या सारखे एक उत्तम गुरु लाभले. दोघांनाही प्रकाश ह्या विषयाबद्दल प्रचंड कुतूहल आणि आस्था होती. नरिंदर यांना प्रोफेसर हॉपकिन्स यांनी त्यांच्या आवडीचा अभ्यास करायला म्हणून जे लागेल ती मदत केली. त्यांची स्वतःची लॅब आता नरिंदर यांनी तयार केली. प्रकाशावर काम करायला म्हणून ह्या लॅब मध्ये संपुर्ण अंधार करता येईल अशी त्यांनी पडदे लावून सोय केली होती. त्यांनी आता फायबर ऑप्टिक्स च्या नळ्यांतून प्रकाश बाहेर कसा पडतो. त्यातून बाहेर येणाऱ्या प्रकाशात आपल्याला एखादं चित्र दिसू शकेल का ह्यावर प्रयोग सुरु केले. सुरुवातीचे त्यांचे प्रयोग फसले. ह्यावर प्रोफेसर हॉपकिन्स त्यांना सांगत. काही काळजी करू नकोस. आपल्याला घाई नाही. अजून तू फक्त २५ वर्षांचा आहेस. नीट लक्ष पूर्वक काम केलंस तर यश नक्की तुझंच असेल हे विसरू नकोस. नरिंदर यांना त्यांच्या हायपोथेसिस वर नक्कीच विश्वास होता. पण प्रयोगातून ते त्यांना सिद्ध करता येत नव्हतं. एक दिवस त्यांच्या मनात विचार आला की आपण वापरत असलेलं ग्लास फायबर ह्यात दोष असेल का ते तपासून बघुयात. म्हणून त्यांनी त्या ग्लास फायबर चे छोटे तुकडे वापरून बघितले. त्यात बदल केले. शेवटी एके दिवशी एका छोट्या ग्लास फायबर चा तुकडा घासून त्यांनी तो ड्रम वर चढवला आणि एका टोकातून त्यात प्रकाश टाकला. आणि अहो आश्चर्य. दुसऱ्या टोकातून तो प्रकाश बाहेर पडला देखील. नरिंदर यांचा विश्वासच बसेना. परत परत त्यांनी हा प्रयोग करून बघितला. प्रत्येक वेळी प्रकाश दुसऱ्या बाजूने बाहेर पडत होता. प्रयोग यशस्वी झाल्याची ही ग्वाही होती. आता वेळ आली होती ही गोष्ट हॉपकिन्स यांना सांगण्याची. एका साध्या ग्लास फायबर च्या नळीतून प्रकाशाच्या माध्यमातून (काही अक्षर प्रतिमा) आंत सोडली आणि भिंतीवर ती उमटली हे बघून हॉपकिन्स यांना सुद्धा खूप आनंद झाला. हे आज जरी वाचतांना आपल्याला अगदी सोपं वाटत असलं तरी त्या वेळेपर्यंत तरी कोणीही प्रयोगातून हे सिद्ध केलेलं नव्हतं. हे समजून घेणं गरजेचं आहे. हा काळ होता १९५२ साल चा. नरिंदर यांचा लेख पॉप्युलर मेकेनिकस ह्या मासिकात छापून आला. त्यांनी एक फाइब्रोस्कॉप नावाचं यंत्रच तयार केलं.

लंडन मधेच नरिंदर यांची ओळख सतींदर ह्या मुलीशी झाली. सतींदर कौर ह्या पण लंडन मध्ये शिकत होत्या. त्या एक उत्तम नर्तिका होत्या. एकदा त्यांचा एक ग्रुप लंडन मध्ये दौरे करणार होता. नरिंदर यांचा मित्र त्या दौऱ्यांचं नियोजन करत होता. त्याला मदत म्हणून कोणीतरी एक मित्र बरोबर हवा होता. त्याने नरिंदर यांना सांगितलं की तू माझ्या बरोबर चल. नरिंदर म्हणाले की मला माझा अभ्यास आहे बाबा. तुझ्याबरोबर दौरे कुठे करू. हे

त्यांचं बोलणं चालू असतांना सतींदर कौर आणि त्यांचा ग्रुप तिथे आला. आणि सतींदर यांना बघून नरिंदर इतके भुलले की लगेच त्यांच्या बरोबर यायला तयार झाले. प्रथम पाहताच दोघांचं एकमेकांवर प्रेम जुळलं. १९५४ मध्ये त्यांनी सतींदर यांच्याशी लग्न केलं. हे इतकं भाग्याचं होतं की नरिंदर ह्यांच्या आयुष्याला कलाटणी मिळाली आणि ते एक मोठे यशस्वी उद्योजक झाले ते सतींदर त्यांच्या सतत बरोबर होत्या ह्यामुळेच. असे डॉक्टर सांगतात.

आता नरिंदर सिंग कपानी ह्यांची पीएचडी पूर्ण झालेली होती आणि ते ऑप्टिक्स मधले डॉक्टर कपानी म्हणून लंडन मध्ये सुप्रसिद्ध झाले होते. त्यांचे पेपर वाचायला त्यांना वेगवेगळ्या युनिव्हर्सिटीतून बोलावणं येऊ लागलं. एका फ्लोरेन्स इथल्या कॉन्फरेन्स मध्ये त्यांचा पेपर ते वाचत होते. त्यांना फक्त १५ मिनिटं दिली होती. १५ मिनिटं संपली आणि नरिंदर थांबले. त्यांना पुढे अजून बरंच काही मांडायचं होतं. पण वेळ संपलेली होती म्हणून ते स्टेज वरून चालू लागले. तर लोकांच्या मधून आवाज आला की अजून थोडा वेळ बोला. नरिंदर यांना बोलण्याची परवानगी मिळाली. तब्बल ४० मिनिटं अजून ते त्या विषयावर बोलले. ह्याचं कारण असं होतं की ऑप्टिक्स ह्या विषया बद्दल त्यावेळी तरी युरोप आणि अमेरिकेत खूपच कमी लोकांना माहिती होती. फायबर ऑप्टिक्स चे उपयोग हे मेडिकल चाचण्या करण्यासाठी कसे करता येतील याच्या बद्दल कपानी यांचे पेपर असत. हा पेपर वाचून झाल्यावर त्यांच्याशी बोलायला एक माणूस थांबला होता. ह्यांचं नाव पण हॉपकिन्स असंच होतं. पण हे हॉपकिन्स अमेरिकेत रॉचेस्टर युनिव्हर्सिटी मध्ये काम करत होते. त्यांनी लगेच डॉक्टरांना अमेरिकेला या असं आमंत्रण दिलं. डॉक्टर यांना खरं तर भारतात परत येऊन स्वतःची कंपनी सुरु करायची होती. पण ह्या हॉपकिन्स नी त्यांना आग्रह केला की अमेरिकेलाच या. तिथे थोडा रिसर्च करा आणि मग खुशाल भारतात जा. कपानी यांनी विचार केला आणि अमेरिकेला अजून अभ्यास करायला जायचं निश्चित केलं.

अमेरिकेला आल्या बरोबर रॉचेस्टर इथे डॉक्टरांनी त्यांचा अभ्यास अजून पुढे नेला. त्यांच्या हाता खाली ६ ऑप्टिक्स मधले विद्यार्थी तयार केले. अनेक पेपर वाचले. आता परत भारतात जाऊया असा विचार ते करत असतांनाच एक नवीन प्रस्ताव त्यांच्या समोर उभा राहिला. ऑप्टिकल सोसायटी ऑफ अमेरिका इथे पेपर वाचून झाला. आणि त्यांना एका डॉक्टर लेओनार्ड राफेल यांनी चिकागो इथे येण्याचं आमंत्रण दिलं. डॉक्टर राफेल हे इल्लिनॉईस इन्स्टिटयूट ऑफ टेकनॉलॉजि चे डायरेक्टर होते. त्यांच्या ऑप्टिक्स डिपार्टमेंट चे डायरेक्टर म्हणून डॉक्टर कपानी यांची नेमणूक त्यांना करायची होती. डॉक्टर कपानी यांनी हा प्रस्ताव स्वीकारला. चिकागो मध्ये आता त्यांच्या हाता खाली ३५ हुन अधिक रिसर्च स्टुडंट्स असणार होते. चिकागो मधेच डॉक्टर कपानी यांनी अनेक यंत्र तयार केली. डझन भर पेटंट मिळवली. ही यंत्र कॉर्निंग, नॅशनल इन्स्टिटयूट ऑफ हेअल्थ आणि डिपार्टमेंट ऑफ डिफेन्स यांना हवी होती. अनेक रिसर्च कॉन्ट्रॅक्ट त्यांनी आपल्या संस्थेला मिळवून दिली. इथे त्यांच्या ह्या बड्या सरकारी कंपन्यां मध्ये ओळखी पण झाल्या. इथेच राज आणि किकी या त्यांच्या मुलांचा जन्म झाला. आता चिकागो मध्ये नको राहुयात असा विचार

डॉक्टर करत असतांनाच त्यांना महाराज यादवींदर सिंग (पतियाळा या संस्थान चे राजे) यांचा फोन आला. महाराजांनी त्यांची भेट त्यावेळचे भारताचे संरक्षण मंत्री कृष्णा मेनन यांच्याशी घालून दिली. मेनन यांचे सल्लागार म्हणून काम करण्यासाठी त्यांना भारतात येण्याचं आमंत्रण त्यांनी दिलं. मेनन यांच्या त्यावर्षीच्या डिफेन्स कॉन्फरेन्स मधले जे तीन स्पीकर होते त्यात पंडित नेहरू, स्वतः मेनन, डॉक्टर होमी भाभा हे होते. ह्यात एक चौथं नाव होतं ते म्हणजे डॉक्टर नरिंदर कपानी यांचं. पंडित नेहरू, हे डॉक्टर नरिंदर यांचं भाषण ऐकून इतके खुश झाले की त्यांनी लगेच डॉक्टर कपानी यांची भेट घेऊन त्यांची नेमणूक करण्यासाठीच्या कागदांवर सही सुद्धा केली. पण पंडितजी डॉक्टरांना म्हणाले की ही सरकारी कामं आहेत. ह्यात ३-४ महिने लागतील. तोपर्यंत तुम्ही तुमचं अमेरिकेतलं काम पूर्ण करा. बोलावणं आलं की लगेच भारतात या. ते पत्रं भारत सरकार कडून कधी वेळेवर आलंच नाही. म्हणून मग डॉक्टर कपानी यांनी सिलिकॉन व्हॅली कॅलिफोर्निया इथे जाऊन स्वतःची कंपनी सुरु करण्याचा निर्णय घेतला.

पैसे उभे करण्यासाठी म्हणून बँक ऑफ अमेरिका कडे लोन मागायला ते गेले. बँकेनी साहजिकच त्यांना लोन नाकारलं. डॉक्टर यांनी मग व्हेंच्युअर कॅपिटल कंपन्यांकडे मदत मागायचं ठरवलं. बिल ड्रेपर आणि अँडरसन यांच्या कंपनीने त्यांना हवी असलेली रक्कम दिली. ऑप्टिक्स टेकनॉलॉजि ही कंपनी स्थापन झाली. ह्या वेळची एक गंमतीची गोष्ट डॉक्टर सांगतात. व्ही सी कंपनी कडे ४९% शेअर आणि कपानी यांच्या कडे ४९% शेअर असतील असा त्यांचा ठराव झाला. २% शेअर हे राखून ठेवले जातील आणि जर एक वर्षांत डॉक्टर कपानी यांनी एक लाख डॉलर नफा मिळवून दाखवला तर त्यांच्या नावे होतील. नाही तर ते व्ही सी च्या नावे केले जातील अशी त्यात अट होती. डॉक्टर म्हणाले की सहा महिन्यात माझ्या कडे नवीन कॉन्ट्रॅक्ट असेल. ड्रेपर यांनी पैज लावली की डिफेन्स कंपन्या इतक्या लवकर कुणालाच कॉन्ट्रॅक्ट देत नाहीत. १० डॉलर च्या नोटेवर डॉक्टर कपानी आणि ड्रेपर यांच्या पैजेच्या सह्या झाल्या. बरोबर सहा महिन्याच्या आंत डॉक्टर यांनी ती पैज जिंकली. त्यांना डिपार्टमेंट ऑफ डिफेन्स चं पहिलं कॉन्ट्रॅक्ट काही महिन्यातच मिळालं. आता ऑप्टिक्स टेकनॉलॉजि चं नवपर्व सुरु झालं. अनेक यंत्र ह्या कंपनीने तयार केली. डोळ्यांच्या ऑपरेशन साठी लेजर, जगातला पहिला फायबर ऑप्टिक कार्ड रीडर अशी अनेक यंत्र त्यांनी बनवली. ह्या डोळ्यांच्या लेजर चे पहिले ट्रायल हे स्टॅनफर्ड रिसर्च इन्स्टिटयूट मध्ये झाले. ह्याच वेळेस डेविड पॅकार्ड ह्यांच्या सांगण्या वरून टॉम पर्किन्स हे ऑप्टिक्स टेकनॉलॉजि मध्ये मार्केटिंग डायरेक्टर म्हणून काम करत होते. हे टॉम पर्किन्स पुढे मोठे व्हेंच्युअर कॅपिटॅलिस्ट झाले आणि अनेक कंपन्यांमध्ये त्यांनी पैसे गुंतवले हे मागे सांगितलंच आहे. १९६० साली स्थापन झालेली ऑप्टिक्स टेकनॉलॉजि १९६७ साली पब्लिक झाली आणि १२ डॉलर ला लिस्ट झालेला शेअर हा ६ महिन्यात ६० डॉलर इतका वाढला. स्वतःच्या कंपनीचा अमेरिकेत आयपीओ काढणारा पहिला भारतीय म्हणजेच डॉक्टर कपानी. आता काहीतरी नवीन करूयात असा विचार करून डॉक्टर कपानी हे १९७३

साली त्यातून बाहेर पडले. विज्ञानातला एखादा मूलभूत सिद्धांत किती ठिकाणी उपयुक्त ठरतो याचंच हे अजून एक उदाहरण. डॉक्टर यांच्या डोक्यात ह्या अश्या अनेक कल्पना सहज येत होत्या हे त्यांचं आत्मचरित्र वाचलं की लक्षात येतं. त्यांच्या कंपनीत फायबर चे तुकडे जे वाया जात ते गोळा करून त्यातून लेसर ची शिल्प ते फावल्या वेळेत त्यांच्या गेरेज मध्ये तयार करत. हा खरं तर त्यांचा छंद होता. पण ही शिल्पं इतकी सुंदर दिसत की बघणारा हरखून जाई. ही बातमी पोचली फ्रँक ओपेनहाईमर यांच्या पर्यंत. फ्रँक हे त्यावेळी सॅन फ्रान्सिस्को एक्सप्लोरेटोरियम चे फाऊंडर-डायरेक्टर होते. त्यांनी डॉक्टरांकडे तगादा लावला की तुमच्या शिल्पांचं प्रदर्शन आपण करूयात म्हणून. हे फ्रँक कोण होते ठाऊक आहे? ते होते रॉबर्ट ओपेनहाईमर (ऍटम बॉम्ब चे जनक) यांचे बंधू. आणि फेब्रुवारी १९७३ च्या शेवटी दा विंची यांच प्रदर्शन झाल्या-झाल्या सॅन फ्रान्सिस्को एक्सप्लोरेटोरियम मध्ये डॉक्टर कपानी यांच्या लेसर च्या डायनॉप्टिक शिल्पांचं प्रदर्शन भरलं देखील. आता फायबर ऑप्टिक्स चे संशोधक, ऑप्टिक्स टेकनॉलॉजि चे संस्थापाक डॉक्टर कपानी एक डायनॉप्टिक शिल्पांचे जनक झाले. सतत आपल्या कामाचाच विचार ते करत असत की काय असा प्रश्न आपल्याला त्यांचं चरित्र वाचतांना पडत राहातो. १९७३ साली त्यांनी एक नवीन कंपनी स्थापन केली कॅप्ट्रोन नावाची. ह्या कंपनीच्या कामा निमित्त ते युरोप ला एका टेलिकॉम कंपनी शी बोलणी करायला गेले होते. परत येतांना टॅक्सी मध्ये त्यांना एक कल्पना सुचली. ती कल्पना होती फायबर ऑप्टिक्स केबल वापरून इलेक्ट्रिक सिग्नल ट्रान्स्मिट करता येऊ शकतात याची. टॅक्सी मध्ये फक्त ४५ मिनिटात त्यांनी ह्या गोष्टीचा शोध लावला असा उल्लेख त्यांच्या चरित्रात आहे. तुमच्या कडे लाईट सिग्नल आहेच. फक्त त्याला मल्टिप्लेक्स करून जर त्यातून वेगवेगळे चॅनेल तयार केले तर त्यातून विडिओ सिग्नल पण पाठवता येतील ही ती कल्पना होती. आता कॅप्ट्रोन कंपनी टेलिकॉम इंडस्ट्री साठी फायबर ऑप्टिक्स वर आधारित उपकरणं बनवू लागली. बेल लॅब सारख्या अनेक दिग्गज कंपन्यांनी त्यांची उपकरणं विकत घेतली. अजून एका यशस्वी कंपनी चा जन्म आणि उदय डॉक्टर कपानी यांच्या हातून कॅप्ट्रोन च्या निमित्ताने झाला. आणि गंमत म्हणजे त्यांनी ही कंपनी दोन वेळा विकली. पुढे डॉक्टर कपानी ह्यांच्या मार्गदर्शनाखाली अनेक नवीन यंत्र तयार झाली ह्यात कार्डिओलॉजि मध्ये वापरला जाणारा ऑक्सिमीटर, एन्डोस्कोपी साठी लागणारा एन्डोस्कॉप ही मेडिकल इंडस्ट्री मधली मोलाची यंत्र आहेत.

हे सगळं चालू असतांना डॉक्टर कपानी हे युनिव्हर्सिटी ऑफ कॅलिफोर्निया सॅन्टा क्रूझ मध्ये रिजेंट्स प्रोफेसर म्हणून शिकवत होते. इथेच त्यांनी सेंटर फॉर इंनोव्हेशन अँड ऑन्त्रेप्रेनुरिअल डेव्हलोपमेंट (सीड) या संस्थेची स्थापना केली. तब्बल ७ वर्ष ते ह्या संस्थेचे डायरेक्टर म्हणून काम पाहत होते. अनेक उद्योजक आज ह्या संस्थेतून बाहेर पडलेत त्यांनी स्वतःच्या कंपन्या स्थापन केल्यायत. अजून दोन गोष्टी ह्या हरहुन्नरी माणसाच्या हातून जगाला मिळाल्या. कॅलिफोर्निया मध्ये अनेक शीख शेतकरी काम करत होते. ते राहात असलेल्या युबा सिटी आणि फ्रेस्नो ह्या भागात ह्या शेतकऱ्यांना भेटायला डॉक्टर

सपत्नीक जात असत. ह्या भागात शीख समाजाचं असं एक मंदिर नव्हतं. डॉक्टरांनी त्यांना एकत्र आणलं आणि एक शीख मंदिर स्थापन केलं. त्या मंडळींची त्यांची इतकी चांगली मैत्री झाली की पुढे डॉक्टर यांनी अनेक एकरी जमीन विकत घेऊन फळं आणि द्राक्षांच्या बागा उभ्या केल्या. ह्याचं दरम्यान डॉक्टरांच्या मनात शीख समाजाच्या साठी ची एक संस्था उभी करायचा विचार आला. त्यातूनच शीख फौंडेशन ची स्थापना झाली. अमेरिकेतल्या शीख समाजाची ही एक मोठी संस्था आहे. डॉक्टरांनीं त्यांच्या स्वतःच्या पैश्यातून शीख गुरूंची आणि कलाकारांची शिल्पं, चित्रं विकत घेतली. ५०० हुन अधिक ही शीख पैंटिंग, टेक्सटाईलवरची कला, शिल्पं त्यांनी विकत घेऊन एक संग्रहालय उभं केलं. आज शीख फौंडेशन ला स्थापन होऊन ५० हुन अधिक वर्षं झालीयेत. अनेक शाळा, युनिव्हर्सिटी मध्ये शीख समजा विषयी चे अभयासक्रम ह्या फौंडेशन च्या उपक्रमातून उभे राहिले आहेत. डॉक्टर म्हणतात की जेव्हा मला समजलं की आता माझी मुलं मोठी झाली आहेत आणि आपल्याला दोन वेळच खायला आणि राहायला सुरक्षित घर आहे, तेव्हाच मी ह्या धर्मादाय संस्थांच्या कामात लक्ष घातलं आणि कायमचा सुखी झालो. सर्वसाधारण जे श्रीमंत माणसाला दुःखाचे शाप असतात त्यातून मुक्त झालो.

फायबर ऑप्टिक्स चा शोध १९५४ साली लावून, १०० हुन अधिक सायंटिफिक पेपर, अनेक पेटंट, अनेक संस्थांचे जनक हे डॉक्टर कपानी आहेत. इतकं माहिती असून सुद्धा २००९ साली चार्ल्स काव यांना फायबर ऑप्टिक्स चं नोबेल पारितोषिक दिलं गेलं ते त्यांच्या १९९६ साली लिहिलेल्या पेपर साठी. पण डॉक्टर कपानी यांना त्याचं दुःख मुळीच नाही आणि नव्हतं. ते नेहमी म्हणायचे की आज सगळं जग हे मला फायबर ऑप्टिक्स चा जनक म्हणून ओळखतंच ना. इतक्या गोष्टी आपल्याला सुकर करून उपलब्ध करून देणारे डॉक्टर कपानी आज आपल्यात नाहीत. ४ डिसेंबर २०२० साली त्यांचं वयाच्या ९४ व्या वर्षी निधन झालं. २०२१ सालचा पद्म विभूषण सन्मान त्यांना आपल्या भारत सरकारनी दिला तोही त्यांच्या निधनानंतर. १९९९ साली फॉर्च्युन मासिकाने विसाव्या शतकातल्या अनाम (अंसंग) हिरो च्या यादीत डॉक्टर कपानी यांचं नाव समाविष्ट केलं. सगळ्या जगाला माहितीचा ज्ञानमार्ग खुला करून देणाऱ्या ह्या युगप्रवर्तक महानायकाची गोष्टं आपल्याला समजली की आपण नक्कीच भारावून जातो. अटकेपार अनेक झेंडे लावणाऱ्या ह्या अश्या दिग्गज सरदारजी चा सन्मान करावासा वाटतो. शूरवीरांच्या कथा लोकांपर्यंत पोचाव्या म्हणून त्यांच्यावर पूर्वी पोवाडे रचले जात असत. आज मात्र असे शूरवीर आणि ते रचणारे शाहीर पण कमी झाले आहेत. मग आपण असा प्रयंत्न करायला काय हरकत आहे असा विचार मनात येतो आणि सहज शब्द फुटतात.

एक होते डॉक्टर कपानी, भले मोठे ज्ञानी |
कुणाच्या ही ध्यानी, नेली नाहीच कीर्ती कोणी || हो जी जी जी ||
विषय होता ज्योतीचा खास, घेतला ध्यास |
केला अभ्यास, लाविले प्राण त्यांनी पणास | हो जी जी जी ||

प्रकाशाचा करुनिया भेद, लाविले शोध
घेतला वेध, सोपा केला विषयचा अनुबोध | हो जी जी जी ||
उद्योग मोठा ते करिती, ज्ञानही देती |
लोक जोडिती, क्षेत्रें कला-आणि-शेती || हो जी जी जी ||
सोपी केली एन्डोस्कोपी, कार्डिओग्राफी |
जनांच्या लेखी, ऑप्टिक्स चे जनक अशी ओळखी || हो जी जी जी ||
अशा दिग्गज ह्या सरदारा, करू साजरा |
घालुनी मुजरा | असे हा ऋषी मुनी च खरा || हो जी जी जी ||

विज्ञानाचे अनेक शोध लावून सुद्धा आपल्या गुरु ग्रंथ साहिब मधले अभंग हा माणूस तितक्याच अभिमानाने ऐकायचा-भजायचा. आपल्या धर्म गुरूंनी समाजाचं भलं करायला सांगितलंय. ही शिकवण त्यांनी आपल्या समोर ठेवली आहे. ह्या निमित्ताने संत नामदेव यांचाच गुरु ग्रंथ साहिब मधला एक अभंग आठवतो.

जब देखा तब गावा ॥ तउ जन धीरजु पावा ॥
नादि समाइलो रे सतिगुरु भेटिले देवा ॥१॥ रहाउ॥
जह झिलि मिलि कारु दिसंता ॥ तह अनहद सबद बजंता ॥
जोती जोति समानी ॥ मै गुर परसादी जानी ॥२॥
रतन कमल कोठरी ॥ चमकार बीजुल तही ॥
नेरै नाही दूरि ॥ निज आतमै रहिआ भरपूरि ॥३॥
जह अनहत सूर उज्यारा ॥ तह दीपक जलै छंछारा ॥
गुर परसादी जानिआ ॥ जनु नामा सहज समानिआ ॥४॥

ध्येयनिष्ठेचा ध्यास, अथक अभ्यासाने झाला कीच आपल्याला ईश्वर शक्तीची प्रचिती येते. आणि मगच आपण आपले अनुभव इतरांना देऊ शकतो. ही अवस्था आली की एक अनहद नाद आपल्याला सतत ऐकू येऊ लागतो आणि तोच ईश्वराचा साक्षात्कार असतो. हेच संत नामदेव महाराज ह्या अभंगात म्हणतायत. ह्या अशाच ध्येयाने डॉक्टर कपानी जगले आणि जे त्यांनी अनुभवलं ते अनेक पटींनी सगळ्या जगाला दिलं. हे वाचूनच जशी स्फूर्ती अनुभवायला येते. तीच शक्ती आणि स्फूर्ती सतत तुमच्याआमच्यात कायम राहो.

विश्वकल्याण प्रार्थना,
केदार दातार
(३०/०४/२०२२)

5

पे-पॅल पुराण १: एक झुंज ताऱ्यांची

आपल्या आज्जी आजोबांच्या लहानपणी जर कोणाला पैसे पाठवायचे असतील तर पोस्टात जाऊन मनी ऑर्डर करावी लागत असे. जर कोणाला एखादी वस्तु विकत पाठवायची असेल तर व्हि पी पी करत असंत. त्यानंतर बँका आल्या आणि बँकेच्या चेक चे व्यवहार सुरू झाले. हल्ली तर सर्रास यु पी आय ने पैसे पाठवले जातात. पण अगदी १९९९ साल पर्यन्त अमेरिकेत सुद्धा बँकेच्या चेक नेच व्यवहार चालत होते. हे व्यवहार ऑनलाइन चालू झाले ते पे-पॅल ने ऑनलाइन पेमेंट सुविधा त्यांच्या वेबसाइट वर सुरू केली तेव्हा. ह्या पे-पॅल मधून बाहेर पडलेल्या अनेक जणांनी आपापल्या स्वतःच्या कंपन्या सुरू केल्या. पे-पॅल कशी घडली आणि त्यातून अनेक कंपन्या कश्या सुरू झाल्या ह्याची कथा खूपच रंजक आहे. ही पे-पॅल ची कथा एका भागात नक्कीच मांडता येणार नाहीये. म्हणून काही भागात आपण हे पे-पॅल पुराण बघणार आहोत. तर सुरू करुयात पे-पॅल चे कथा पुराण.

आपण गेल्या २० वर्षात जर इंटरनेट वापरलं असेल तर ह्या पे-पॅल च्या कर्त्यांनी घडवलेली एखादी वेबसाइट किंवा उत्पादन किंवा सेवा आपण नक्कीच वापरली आहे. ह्या पे-पॅल च्या कर्त्यांनी आज सगळ्या जगाला दिलेल्या सेवा कंपन्या कुठल्या? तर यूट्यूब, येल्प, टेसला, स्पेस-एक्स, लिंक्ड-इन, पॅलांटीयर अश्या अनेक कंपन्या ह्या मंडळींनी घडवल्या. काही जण गूगल, फेसबूक आणि सिलिकॉन व्हॅली मधल्या व्हेंचर कॅपिटल कंपन्यांमध्ये मोठ्या पदावर रुजू झाले. एक गट म्हणून त्यांचं एक मोठं जाळं ह्या लोकांनी विणलंय. ह्यालाच काही लोक पे-पॅल माफिया म्हणून ओळखतात. पे-पॅल ची निव्वळ संपत्ती ही न्यूझीलंड च्या जीडीपी पेक्षा जास्ती आहे असे जाणकार सांगतात.

ई-कॉमर्स मुळे आपण एका क्षणात आपल्यासाठी एक टॅक्सी मागवतो. त्याचे पैसे लगेच आपल्या अकाऊंट मधून वळते होतात. आपल्याला हवं असलेलं पुस्तक किंवा भाजी आपण घरी बसून मिळवू शकतो. ह्या मागे या पे-पॅल च्या लोकांचे अफाट कष्ट आहेत हे विसरून

चालणार नाहीये. आज आपण पे-पॅल म्हणून जी कंपनी ओळखतो ती मुळात दोन कंपन्या एकत्र आल्या तेव्हाच घडली. मुळात फील्डलिंक हे नाव असलेली कंपनी १९९८ मध्ये स्थापन झाली. नंतर ह्या कंपनी चं नाव कॉन्फिनिटी असं ठेवण्यात आलं. ही कॉन्फिनिटी कंपनी स्थापन केली मॅक्स लेवचीन आणि पीटर थील ह्या मित्रांनी. ह्या कंपनी ने ईमेल मधून पैसे पाठवता येतील असा एक प्रोग्राम तयार केला. आणि ह्याला नाव दिलं पे-पॅल. त्याच वेळेस ईलॉन मस्क ह्याने पण एक्स.कॉम नावाची एक कंपनी स्थापन केली. ह्या एक्स.कॉम चा वापर करून, लोक ईमेल मधून पैश्यांची देवाणघेवाण करू शकत होते. ह्या दोन्ही सेवांचा उपयोग लोक ईबे नावाच्या वेबसाइट वर करत होते.

पे-पॅल ही ९/११ चा हल्ला झाल्यानंतर (सप्टेंबर ११, २००१) ची आय पी ओ काढणारी पहिली कंपनी आहे. आय पी ओ काढल्या काढल्या त्याच वर्षी ईबे ने १.५ बिलियन डॉलर ला पे-पॅल विकत पण घेतली. नंतर ईबे ने पे-पॅल ला एका वेगळ्या कंपनी चा दर्जा दिला आणि पुढे पे-पॅल ची उलाढाल ३०० बिलियन डॉलर पर्यंत पोचली. पे-पॅल जगातल्या काही अग्रगण्य कंपन्यां मध्ये गणली गेली. पे-पॅल च्या मागे अनेक महा नायक आणि नायिकांचे अपार कष्ट आहेतच. बऱ्याच वेळेला प्रॉडक्ट, इंजीनीरिंग आणि बिझनेस टीम च्या मतभेदातून पे-पॅल च्या कल्पना उदयाला आल्या आहेत. विसंगतीतून विकास ह्याचं उत्तम उदाहरण ह्या पे-पॅल च्या गोष्टी मध्ये आपल्याला अनुभवायला मिळतं. यशापयशाचा, शिवाशिवीचा खेळ ह्या कथेत पदोपदी आढळतो.

काही महिन्यांपूर्वी जशी युद्धाची परिस्थिति उभी राहिली तशीच काहीशी परिस्थिति पे-पॅल च्या एक संस्थापकाच्या आयुष्यात आली ती सुद्धा सोविएत रशिया मध्येच. त्याचं नाव मॅक्स लेवचीन. ही परिस्थिति काय होती आणि मॅक्स ह्या पे-पॅल कडे कसा वळला हे आपण बघणार आहोत पुढच्या भागात. तोपर्यंत धिर्धरा, धिर्धरा - तत्वा हड्बडू गड्बडू नका.

क्रमशः|

विश्वकल्याण प्रार्थना,

केदार दातार

(१४-०५-२०२२)

6

पे-पॅल पुराण २: यत्न तो दैव जाणावा

पे-पॅल ही २ कंपन्या एकत्र आल्यानंतर घडलेली कंपनी आहे. मागच्या लेखात आपण हे बघितलं. ह्या आणि पुढच्या काही लेखांत त्यातली एक कंपनी कशी घडली हे आपण बघणार आहोत. मॅक्स लेवचिन हा - ह्या कंपनी मधला एक महत्वाचा गडी. त्याचा रशिया पासून कॅलिफोर्निया पर्यंतचा प्रवास आपण आज नजरे खालून घालूयात. मॅक्स लेवचिन हा पे-पॅल च्या कर्त्यांपैकी पहिला. १९८६ साली (१० वर्षांचा) मॅक्स त्याच्या आई वडिलांबरोबर प्रिप्यात ह्या युक्रेन मधल्या शहरात राहात होता. हे प्रिप्यात शहर वसलेलं होतं एका मोठ्या न्यूक्लियर प्लांट साठी. ह्या प्लांटचं नाव होतं चर्नोबिल न्यूक्लियर प्लांट. ह्या प्लांट मध्ये मॅक्सची आई काम करत होती. ती एक रेडियोलॉजिस्ट होती. युक्रेन मधून येणारा अन्न पुरवठा निरखून त्यात रेडियोऍक्टिव्ह तत्व नाहीत हे तपासून घेणाऱ्या लॅब मध्ये तिचं काम होतं. पण २६ एप्रिल १९८६ या तारखेला चर्नोबिल प्लांट मध्ये एक मोठा स्फोट झाला. चर्नोबिल आणि प्रिप्यात या परिसरात हिरोशिमा पेक्षा ४०० पटीने जास्त प्रमाणात रेडिओऍक्टिव्हिटी पसरली. हयातून लेवचिन आणि त्याचं कुटुंब कसंबसं वाचलं. पण आता मॅक्सच्या आईचं काम अधिक वाढलं. येणारं अन्न आता अधिक निगुतीने तपासायला लागणार होतं. हे काम सोपं व्हावं म्हणून रशियन सरकार ने त्यांच्या लॅब मध्ये २ कॉम्प्युटर पाठवले. सोविएत डीव्हिके-२ आणि जर्मन रोबोट्रॉन, असे हे २ कॉम्प्युटर होते. मॅक्स त्याच्या आई बरोबर तिच्या लॅब मध्ये जात असे. तिथे तो स्टाकान (रशियन टेटरिस) नावाचा एक गेम खेळत असे. रोबोट्रॉन मध्ये पास्कल ह्या संगणक भाषेचा कंपाईलर (संकलक) होता. ही काय नवीन भानगड आहे ते बघूयात. म्हणून त्याने त्याचा अभ्यास करायला सुरुवात केली. त्याची त्याला गोडी लागली. मग आईचा आणि त्याचा एक करार झाला. तिचं काम संपलं की मॅक्सला ती कॉम्प्युटर वापरायला देत असे. ह्यामुळे मॅक्सला एक सवय लागली. तो फावल्या वेळात -हाताने- एका वहीत ते प्रोग्राम लिहून काढू लागला. मग वेळ मिळेल तसा ते प्रोग्राम कॉम्प्युटर वर टाइप करून ते चालवून बघू लागला. मॅक्स म्हणतो की अनेकदा

हाताने प्रोग्राम लिहिल्याने, एकदा लिहिलेला प्रोग्राम टाइप केला की तो चाललाच पाहिजे इतपत त्याची तयारी ह्यामुळे झाली. त्यात तो निपुण झाला.

हे लेवचिन ज्यू होते. आपल्या धर्मामुळे आपली प्रगती खुंटू नये ह्या हेतूने शिक्षणाला त्यांच्या घरात खूप महत्व होतं. मॅक्स ची आजी ही ऍस्ट्रो फिज़िक्स ची डॉक्टरेट होती. आपल्या मुला नातवंडांनी पण खूप शिकावं अशी तिची इच्छा होती. रशिया ची अर्थव्यवस्था ८०च्या दशकाच्या शेवटी ढासळायला लागली. लेवचिन यांनी रशिया सोडायचा विचार केला. एका ज्यूइश संस्थेकडून कर्ज घेऊन त्यांनी अमेरिकेला जायचं निश्चित केलं. रशिया सोडतांना मॅक्स म्हणतो त्यांना इमिग्रेशन ऑफिसर ने निक्षून सांगितलं की तुम्हाला परत येता येणार नाहीये. नेसत्या कंपड्यांनीशी त्यांनी देश सोडला. अमेरिकेत आल्यावर अंगावरचे कोट विकून थोडे पैसे त्यांनी जमा केले. मॅक्ससाठी आता खूप शिकून अमेरिकेत नवीन संधी निर्माण करणं हा एकच हेतु राहिला होता. त्याने ते काम नेटाने केलं. मेहेनत घेऊन अव्वल नंबर कमावले. टीव्ही वरचे कार्यक्रम बघून इंग्लिश शिकला. गणित आणि विज्ञान हयात तर तो एकदम पारंगत झाला. आता तो एमआयटी मध्ये प्रवेश मिळवण्यासाठी धडपड करू लागला. पण त्याच्या सुदैवाने त्याला यूनिवर्सिटी ऑफ इलिनोए एट अरबाना चेमपेन (युआययुसी) मध्ये प्रवेश मिळाला. कॅम्पस क्वाड डे ला त्याला एक ग्रुप सापडला. असोसिएशन फॉर कम्प्यूटिंग मशीनरी (एसीएम) असं ह्या हॉबी ग्रुप चं नाव होतं. मॅक्सला अगदी घरी आल्या सारखं वाटलं. वेळ मिळेल तसा तो एसीएम च्या लॅब मध्ये पडलेला असायचा. एकदा असाच लॅब मध्ये तो एका एक्सप्लोजन सिम्यूलेटर वर काम करत असतांना त्याची ओळख ल्युक नोसेक आणि स्कॉट बॅनिस्टर यांच्याशी झाली. नोसेक नी त्याला विचारलं की तू काय करतोयस. मॅक्स म्हणाला की मी सिम्यूलेटर बनवतोय. मॅक्स ने त्यांना उलट विचारलं. तुम्ही इथे काय करताय - तर नोसेक म्हणाला आम्ही एक कंपनी सुरू करणार आहोत. तू आमच्या बरोबर चल. पण मॅक्स ला घरून सक्त ताकीद होती. की शिक्षण अर्धवट टाकायचं नाही. म्हणून तो युआययुसी मध्येच राहिला.

नोसेक पण मॅक्स सारखाच पोलंड वरुन आला होता. जात्याच हुशार होता. युआययुसी मध्ये प्रवेश त्याने घेतला कारण त्यांचा फॉर्म भरायला एकदम सोपा होता. आल्याआल्याच तो एसीएम मध्ये जॉइन झाला. त्यांच्या कॅम्पस मधला सोडा फाऊंटन त्याने आणि त्याच्या मित्रांनी इंटरनेट ला जोडला. कॅम्पस मधले विद्यार्थी त्यांचं आयडी कार्ड वापरुन त्यातून सोडा बॉटल घेऊ शकतील अशी सोय त्यात त्यांनी केली. नोसेक म्हणतो हे त्यावेळी तरी खूप अवघड होतं. पण आम्हाला कॉम्प्युटर ची नशाच होती. म्हणून मनात येईल ती कल्पना प्रयोग करून आजमावून बघायची अशी प्रत्येकाची धारणा होती. अश्या छोट्या छोट्या प्रयोगातून आपल्या हातून काहीतरी भव्य घडेल अशी त्यांना उमेद होती. ह्या तिघांची पहिल्या भेटीतच गट्टी जमली. बॅनिस्टर मात्र खटपट्या होता. अनेक कल्पना त्याला सुचत. अश्याच एका कल्पनेतून ह्या तिघांनी एक कंपनी काढली. स्पॉन्सरनेट न्यू मीडिया असं त्या कंपनी चं नाव ठेवलं. त्याकाळात डॉटकॉम वेबसाइट चं खूळ सगळीकडे होतं. ह्या वेबसाइट

वर जाहिराती टाकून पैसे मिळवता येतील म्हणून त्यांनी प्रोग्राम तयार केला. सुरुवातीला क्रेडिट कार्ड वर उसने पैसे घेऊन त्यांनी त्याचे सर्वर आणले. जसजसे पैसे येऊ लागले तसे त्यांनी काम करायला म्हणून अजून मुलं ठेवली. बॅनिस्टर म्हणतो त्यावेळी आम्ही नुसते विद्यार्थी होतो. पण आमची एक कंपनी होती. त्यात लोकं काम करत होती. हेच आमच्या साठी खूप होतं. पण धंदा कसा चालवावा याचा अनुभव नसल्या मुळे एका वर्षात त्यांना गाशा गुंडाळायला लागला. तरीही एक प्रॉडक्ट बनवून ते विकायचा पायाभूत अनुभव त्यांना मिळाला. बॅनिस्टर कॉलेज सोडून वेस्ट कोस्ट ला निघून गेला. मॅक्स तिथेच राहिला. शिक्षण पूर्ण करून मग पुढे बघू, ह्या हेतूने. पण फक्त कॉलेजचा अभ्यास हेच तो करत नव्हता. त्याचा प्रोग्राम लिहिण्याचा कार्यक्रम चालूच होता. विरंगुळा म्हणून तो कॅम्पस मध्ये सिनेमे पण बघायचा. अकिरा कुरोसावा चा सेवन सामुराय हा सिनेमा त्याने शेकडो वेळा बघितला. मॅनेजमेंट चे धडे ह्या सिनेमातून मला मिळाले असं तो अजूनची सांगतो. ह्याच सुमारास मार्क अँड्रीसन याने युआययुसी च्याच कॅम्पस मधल्या नॅशनल सेंटर फॉर सुपर कम्प्यूटिंग ॲप्लिकेशन (एनसीएसए) मध्ये मोसाईक नावाचा एक ब्राऊजर बनवला आणि पुढे नेटस्केप नावाची कंपनी काढली. रातोरात मार्क करोडोपती झाला. टाइम च्या कवर वर त्याचा फोटो छापून आला. मार्क ला जमलं तसं आपल्याला ही जमेल असा विचार कॅम्पस मधली मुलं करू लागली. तो त्यांचा आदर्श झाला. ह्यातच जावेद करीम होता. पुढे हाच (जावेद करीम) पे-पॅल मध्ये रुजू झाला आणि पे-पॅल विकल्या नंतर त्याने अजून २ मित्रांबरोबर यूट्यूब नावाची कंपनी सुरू केली - असो. आता नोसेक पण त्याचा डिप्लोमा संपवून पश्चिमेला निघून गेला. मागे राहिलेल्या मॅक्सने अजून एक नवीन कंपनी सुरू केली. नेट मोमेंटम नावाची. न्यूज पेपर (वर्तमान पत्रांच्या) च्या वेबसाइट वर जाहिराती बनवून विकायच्या म्हणून त्याने हे प्रॉडक्ट तयार केलं होतं. पण ही कंपनी चालली नाही. म्हणून मग एक तिसरी कन्सल्टिंग कंपनी त्याने सुरू केली. नेट मेरिडियन नावाची. हा एक लिस्टबॉट प्रोग्राम होता. वेबसाइट ना त्याकाळी त्यांच्या ग्राहकांना जे ईमेल पाठवायला लागायचे ते बल्क ईमेल पाठवण्याचा तो प्रोग्राम होता. हयातूनच सर्च इंजिन आज जे इंडेक्सिंग करतात तसं पोजिशन एजेंट नावाचं एक नवीन प्रॉडक्ट त्याने तयार करून विकलं. नेट मेरिडियन ची प्रॉडक्ट ही आज सॉफ्टवेअर-ॲज-अ-सर्विस म्हणून ज्याला आपण ओळखतो तशी होती. मॅक्सला अजून एक युएस आर्मी कॉर्प्स मधलं काम मिळालं. ते पण त्याने आर्मीच्या लोकांच्या पसंतीस येईल असं पूर्ण केलं. हे सगळं तो अभ्यास सांभाळून करत होता. १९९८ च्या ऑगस्ट मध्ये त्याने नेट मेरिडियन एकला विकली आणि त्यातून तो बाहेर पडला. आणि आता शिक्षण पूर्ण झाल्यामुळे वेस्ट कोस्ट ला जायला सज्ज झाला.

ह्याच सुमारास पीटर थील नावाचा ह्या पे-पॅल च्या खेळातला एक महत्वाचा गडी स्टॅनफोर्ड यूनिवर्सिटी मध्ये तयार होत होता. थील हा पे-पॅल चा पहिला इन्वेस्टर कसा झाला. त्याचा प्रवास आपण बघणार आहोत पुढच्या भागात. तोपर्यंत बसा स्वस्थ आणि रहा मस्त.

क्रमशः|

विश्वकल्याण प्रार्थना,

केदार दातार

(२१-०५-२०२२)

7

पे-पॅल पुराण ३: केल्याने होत आहे रे

धंदा म्हंटलं की पैसा लागतो. स्टार्ट-अप कंपनीत मोठी जोखीम घेऊन पैसे गुंतवायला एखादा व्हेंचर कॅपिटालिस्ट किंवा एंजल इन्वेस्टरंच पुढे यायला लागतो. पे-पॅल मध्ये पैसे गुंतवणारा पहिला व्हेंचर कपिटालिस्ट. ही पीटर थीलची ओळख. तसा तो फेसबूक मध्ये पैसे गुंतवणारा पहिला बाहेरचा गुंतवणूकदार म्हणूनही जगाला माहीत आहे म्हणा. पण पीटर थील हा व्हेंचर कॅपिटालिस्ट म्हणून उदयाला आला तो मात्र पे-पॅल मुळेच. आजची गोष्ट ही पीटर थील ची आहे. एखादी नवीन कल्पना उचलून धरून ती प्रयत्नपूर्वक तडीस नेणं. त्यात सुद्धा अपयश आलं तरी त्यातून शिकून, धडे घेऊन अजून नवीन काही तरी सतत प्रयत्न करणं म्हणजे काय - हे ह्या गोष्टीतून आपल्याला अनुभवायला मिळेल.

थील चा जन्म जर्मनी मधल्या फ्रँकफर्ट ह्या शहरात ११ ऑक्टोबर १९६७ साली झाला. तो १ वर्षाचा असतांना त्याचं कुटुंब अमेरिकेला स्थलांतरित झालं. लहानपणापासूनचं पीटर हा हुशार विद्यार्थ्यांपैकी होता. म्हणजे त्याला अभ्यासात कायम अव्वल मार्क मिळत असंत. गणित ह्या विषयात तर त्याला विशेष आवड होती. पण सगळेच हुशार विद्यार्थी हे इंजीनियर किंवा डॉक्टर होतात असं नाही. पीटरनी त्याची आवड ओळखली आणि १९९२ साली स्टॅंफोर्ड लॉ स्कूल मधून जुरिस डॉक्टर ही पदवी मिळवली. इतकं सगळं जमेचं असून सुद्धा पीटर ला सूप्रीम कोर्ट लॉशिप मिळू शकली नाही. त्या इंटरव्ह्यु मध्ये तो नापास झाला. हुशार असलेल्या पीटर साठी हा पहिलाच अपयशाचा धडा होता. पण त्यातून धसका न घेता किंवा खचून न जाता, त्याने नवा मार्ग शोधला. क्रेडिट सुईस ह्या कंपनी मध्ये डेरिव्हेटिव ट्रेडर म्हणून कॅलिफोर्निया मध्ये तो रुजू झाला. इथे त्याने थील कॅपिटल नावाची स्वतःची कंपनी काढली. मित्र आणि नातेवाईकां कडून गुंतवणूक म्हणून पैसे जमा केले आणि स्वतःचा हेज फंड सुरू केला. स्टॅंफोर्ड मध्ये असतांना तो स्टॅंफोर्ड रिव्ह्यू नावाचं एक दैनिक चालवत असे. हेज फंड काढल्या नंतर तो स्टॅंफोर्डला जात असे. स्टॅंफोर्ड मध्ये वेगवेगळी व्याख्यानं आणि कार्यक्रम होत. त्याला तो हजेरी लावत असे.

त्यात त्याच्या ओळखी वाढत गेल्या. इथेच त्याला केन होवरी भेटला. केन पण जात्याच हुशार होता. पीटर च्या नवीनच सुरू झालेल्या कंपनीत रुजू व्हायचं असं केन नी ठरवलं. तेव्हा त्याला सगळ्यांनी सांगितलं की अरे चांगल्या मोठ्या कंपनीत तुला संधी मिळेल. अश्या छोट्या कंपनीत तू नको जाऊस. तरीही केन नी ठरवलं की पीटर बरोबरंच काम करायचं. ह्याच सुमारास इंटरनेट बूम सुरू झाला होता. व्हेंचर कॅपिटल कंपनीत गुंतवणूक केलेल्या बऱ्याच कंपन्या स्टॉक एक्स्चेंज मध्ये रग्गड पैसे मिळवू लागल्या होत्या. पीटर नी ठरवलं की आपण व्हेंचर कॅपिटालिस्ट व्हायचं. पण व्हेंचर कॅपिटल मध्ये यश मिळवायचं असेल तर व्हेंचर कॅपिटल कंपन्यांची पंढरी असलेल्या सँड हिल रोड, मेंलो पार्क इथे आपलं ऑफिस असायला पाहिजे. म्हणून त्याने केन ला एक छोटीशी भाड्याची जागा शोधायला पाठवलं. त्या काळात सँड हिल रोड मध्ये जागा मिळणं खूपच कठीण होतं. नशिबाने त्यांना एक खोपट वजा जागा मिळाली. केन नी त्यात थील कॅपिटल चं ऑफिस थाटलं. आता पहिली स्टार्ट-अप कंपनी शोधायचं काम त्यांनी हाती घेतलं. सिलिकॉन व्हॅली स्टार्ट-अप असोसिएशन च्या गॅदरिंग मध्ये दोघे हजेरी लावायला लागले. इथेच त्यांना ल्युक नोसेक भेटला. नोसेक हा नुकताच नेटस्केप मधून बाहेर पडला होता. स्वतःची कंपनी काढायच्या विचारात होता. आपलं प्रॉडक्ट काय असेल ह्याचा त्याने विचार केला होता. स्मार्ट कॅलेंडर असलेलं प्रॉडक्ट आपण तयार करुयात असा विचार करून तो इन्वेस्टर शोधत होता. त्याच्या बरोबर होता स्कॉट बॅनिस्टर. नोसेक ने त्याच्या प्रॉडक्ट वर पैसे लावायला म्हणून थील आणि केन ह्यांना मदत मागितली. पीटर ची पण ही पहिलीच वेळ होती कॅपिटल इन्वेस्टमेंट करायची. करून तर बघू. म्हणून त्यांनी पण होकार दिला. पण त्यांचा हा पहिलाच प्रयत्न फसला. स्मार्ट कॅलेंडर बनवणाऱ्या २०० हून अधिक कंपन्या आधीच मार्केट मध्ये होत्या. पण थील साठी हे अपयश नव्हतं. तो म्हणतो त्यातून मला स्टार्ट-अप कंपनी चालते कशी ह्याचा एक क्रॅश कोर्संच शिकायला मिळाला. हाचा पुढे पे-पॅल मोठी होण्यासाठी मोलाचा फायदा झाला. सिलिकॉन व्हॅली मध्ये त्यावेळी वातावरणच तसं होतं. काहीतरी सतत प्रयत्न करत राहण्याला महत्व होतं. त्यात यशापयशाची बाजू अगदी नगण्य होती.

ह्याच सुमारास मॅक्स लेवचीन पण पालो आल्टो मध्ये येऊन धडकलेला होता. नोसेक त्याचा मित्र. मॅक्स आणि पीटर ची भेट पण अचानक स्टॅंफोर्ड मधल्या एका व्याख्याना मध्ये झाली. स्टॅंफोर्ड च्या टर्मन इंजीनीरिंग सेंटर मध्ये जाऊन मॅक्स सगळ्या व्याख्यानां मध्ये बसंत असे. पीटर चं एकेदिवशी व्याख्यान होतं. गर्दी तशी कमीच होती. कार्यक्रम संपल्यानंतर मॅक्स नी पीटरशी ओळख काढली. नोसेक चा मी मित्र म्हणून संगीतल्या वर पीटर म्हणाला आपण सविस्तर भेटू. हॉबीज नावाच्या एक छोटेखानी हॉटेलात हे लोक एकेदिवशी सकाळी भेटले. मॅक्स म्हणाला मी आधी नेट मेरिडियन नावाची कंपनी काढून ती एकाला विकून इथे आलोय. मग पीटर नी मॅक्स च्या सगळ्या प्रॉडक्ट च्या कल्पना ऐकायला सुरुवात केली. पहिली कल्पना होती की आपण असा डेटाबेस तयार करू - लोकांना काय पाहिजे त्याचे सर्वे घेऊ. गणिताच्या आधारे मागणी चे अराखडे मांडू. रीटेल कंपनीला तो डेटा

विकू. पुढे जाहिराती विकायला म्हणून एक प्रॉडक्ट तयार करू. पण पीटर -बघू- म्हणाला. म्हणून मॅक्स नी त्याला अजून एक कल्पना सुचवली. पाम पायलट हा त्यावेळी मोठ-मोठी लोकं वापरत असंत. नोट्स घ्यायला म्हणून मुख्यत्वे त्याचा उपयोग केला जायचा. मॅक्स म्हणाला की पुढे प्रत्येकाच्या हातात पाम पायलट असेल. त्यात ते त्यांचे ईमेल बघतील. पण आज तरी ते सगळे प्रोग्राम सिक्युअर करण्यासाठी पाम कडे कुठलेच प्रॉडक्ट नाहीये. तसं प्रॉडक्ट तयार करता येईल. मॅक्स कडे तसा एक प्रोग्राम तयार पण होता. थील म्हणाला की हे जरा बरं वाटतंय. अजून ह्यावर बोलूयात. बऱ्याच मीटिंग नंतर थील नी मॅक्स ला त्याच्या आयडिया साठी १ लाख डॉलर चं ब्रिज लोन देण्याचं ठरवलं. थील त्याला म्हणाला की तू एक सीईओ आण. मॅक्स ने जॉन पोवर्स चं नाव सुचवलं. पोवर्स हा जे डी एडवर्ड्स मध्ये एक आय टी एक्स्पर्ट म्हणून काम करत होता. मॅक्स आणि त्याची ओळख मोबाईल च्या एक कॉन्फरन्स मध्ये झाली होती. दोघंही त्या काळात लॉंच झालेल्या - पाम पायलट, ऍपल न्यूटन, कॅस्यो कॅस्योपिया, शार्प विजार्ड ह्या हँडहेल्ड डिवाइस चे एक्स्पर्ट होते. पोवर्स च्या ओळखी पण होत्या. पोवर्स ह्यांना येऊन सामील झाला. त्यांनी ह्या नव्या कंपनी चं नाव ठेवलं फील्डलिंक. आता वेगवेगळ्या कंपन्यांकडे त्यांचं प्रॉडक्ट ते पिच करू लागले. पण हवा तसा प्रतिसाद त्यांना मिळत नव्हता. ह्या दरम्यान पोवर्स नी हयातून बाजूला व्हायचं ठरवलं. तो राहत होता इल्लिनॉय मध्ये आणि पालो आल्टो ला येऊन जाऊन काम करणं त्याला भारी व्हायला लागलं. म्हणून तो बाजूला झाला. मग आता सीईओ ची जबाबदारी पडली पीटर थील वर. तो म्हणाला नवा सीईओ येईपर्यंत मी काम बघीन. आता पर्यन्त ह्यांच्या हातात प्रॉडक्ट तयार नव्हतं. म्हणून थील नी सुचवलं की प्रॉडक्ट तयार करायला म्हणून अजून लोकं आणूयात. मग मॅक्स नी त्याच्या युनिव्हर्सिटीतून दोघांना कंपनीत आणलं. पीटर थील नी नोसेक ला आणलं. पण नोसेक अजून तरी पाम पायलट च्या ह्या प्रॉडक्ट बद्दल साशंक होता. तो म्हणाला आज तरी हे पाम पायलट खूपच महाग आहेत. खूपच कमी लोक ते वापरतायत. मग मॅक्स, नोसेक आणि थील यांच्यात चर्चा सुरू झाल्या. अजून काय करता येईल ह्याचा विचार होऊ लागला. ह्या दरम्यान मॅक्स नी सुचवलं की कंपनी चं नाव बादलूयात. कॉन्फिनिटी असं नवीन नाव त्यांनी घेतलं. अजून तरी त्यांचं प्रॉडक्ट तयार झालं नव्हतं हे लक्षात घ्या. सगळी बोलाचीच कढी आणि बोलाचाच भात असा प्रकार होता. पण ह्या मंडळींचा उत्साह दांडगा होता. मॅक्स नी अगदी पाम च्या सीईओ पर्यन्त त्याची कल्पना मांडून पहिली. त्यावेळी ३-कॉम ही कंपनी पाम पायलट बनवत होती. त्यांचा सीईओ म्हणाला - आम्ही असं प्रॉडक्ट बनवायला एका कॅनेडियन कंपनी ला कॉट्रॅक्ट आधीच दिलंय. म्हणजे अजून नवीन कल्पनांवर काम करणं गरजेचं आहे हे त्यातून मॅक्सच्या लक्षात आलं. मग मोबाईल वॉलेट बनवायची कल्पना त्यांनी पडताळून बघितली. कॉन्फिनिटी च्या १९९९ सालच्या बिझनेस प्लान मध्ये हीच कल्पना त्यांनी मांडलेली आहे. आज आपण सगळेच मोबाईल वॉलेट वापरतोय. त्या वेळेस (१९९९ साली) आपल्यासारख्या सामान्य जनांना मोबाईल काय हेच माहिती होत होतं त्यात मोबाईल वॉलेट तर लांबच

राहिलं. पण पुढचा विचार कसा केला जातो हे ह्याचं एक उत्तम उदाहरण आहे. मोबाईल वॉलेट ही आज जरी खूपच लोकप्रिय झालेली असली तरीही त्या काळात फक्त पाम पायलट वापरणाऱ्या जनतेलाच हे प्रॉडक्ट त्यांना विकता येणार होतं. पाम पायलट वापरत होते सगळे बडे लोक. म्हणजेच मार्केट खूपच छोटं होतं. तरीही मॅक्स आणि पीटर ची सगळीच टीम कॅशलेस जग कसं असेल ह्याची स्वप्न रंगवत होती. मोबाईल वॉलेट मधून २५ मिल्यन डॉलर आपल्याला कसे मिळतील ह्याचे आराखडे ते मांडत होते. त्या वेळेस आपल्याला जर असं कोणीतरी करतंय हे सांगितलं असतं तर आपण त्यांच्या कडे - वेडे आहेत - असं म्हणून दुर्लक्ष नक्कीच केलं असतं हे निर्विवाद आहे. पण तरीही ह्या मंडळींना नोकिया व्हेंचर्स कडून पण ४.५ मिल्यन डॉलर एवढे पैसे मिळाले हे सुद्धा लक्षात घ्या. मग अजून एकदा आपल्या प्रॉडक्ट चं नाव काय असावं ह्याची चर्चा झाली. एका कंपनीने पे-पॅल हे नाव सुचवलं. खरं तर ई-मनीबीम, झॅपीओ, मोमो, काचेट आणि पे-पॅल ह्या नावांमधून पे-पॅल ची निवड झालेली होती. पण अजून पाहिजे तसं प्रॉडक्ट तयार होत नव्हतं. ह्याच दरम्यान पीटर चा एक मित्र रीड हॉफमन त्यांना येऊन सामील झाला. हॉफमन हा पण स्टॅनफोर्ड चा विद्यार्थी. पुढे जाऊन त्याने लिंक्ड-इन नावाची कंपनी घडवली ना - तोच हा. त्याने सुचवलं की पे-पॅल च्या वेबसाइट वरुन, ईमेल वापरुन लोकांना पैसे ट्रान्सफर करता येतील असं प्रॉडक्ट तयार करा. पण मॅक्सला अजूनही पाम पायलट मनी वॉलेट वर ठाम विश्वास होता. म्हणून तो म्हणाला की दोन्ही करुयात. पण ईमेल मनी ट्रान्सफर ला गती मिळाली डेव्हिड सॅक्स आल्यानंतर. त्याने लगेच ओळखलं की ईमेल मनी ट्रान्सफर हे जास्त लोकांपर्यंत पोचेल. पाम पायलट ला लोकप्रिय होउद्यात मग बघू. डेव्हिड ने टीम मध्ये शिस्त आणली आणि प्रॉडक्ट डेवलपमेंट ला गती दिली. स्टार्ट-अप चं जग वेगवान आणि धावतं कसं असतं ह्याची एक गमतीशिर गोष्ट डेव्हिड सांगतो. एक वेळ ह्या टीम वर आशी आली होती की त्यांचा सगळा सोर्स कोड डिलीट झाला. एकाला एक सर्वर हवा होता. त्याने तो शोधला आणि सरळ फॉरमॅट केला. त्या सर्वर वर सगळा आतापर्यंतचा सोर्स कोड होता. पण आदल्या रात्री एका डेवलपर ने त्याच्या मशीन वर सगळा कोड डाउनलोड केला होता म्हणून सगळे वाचले. नाहीतर त्या रात्री कंपनी वर वेळ नक्कीच आली होती. शेवटी अनेक आयडियांच्या कल्पना लढवून अनेक बाप्तिस्मे झाल्यानंतर पे-पॅल चं प्रॉडक्ट ऑक्टोबर आणि नोव्हेंबेर मध्ये तयार झालं आणि सगळी टीम आपआपल्या ओळखीच्या लोकांना ईमेल करून सांगू लागली की आम्ही इलेक्ट्रोनिक पेमेंट सिस्टिम सोपी होईल असं एक प्रॉडक्ट तयार केलं आहे ते वापरुन बघा.

ह्याच दरम्यान अजून एक कंपनी असंच एक प्रॉडक्ट तयार करत होती तिचं नाव होतं एक्स.कॉम. त्यांचा म्होरक्या होता ईलॉन मस्क. आणि त्यांचं ऑफिस पण पे-पॅल च्या ऑफिस च्या बाजूलाच होतं. हा योगायोग होता की नियतीने ह्या दोघांनी एकत्र यायलाच हवं म्हणून टाकलेला एक डाव होता हे आपण बघूयात पुढच्या भागात. तो पर्यन्त तुम्ही तुमच्या कल्पनांना बंद करून ठेवू नका. मोकळा ढाकळा मुक्त विचार करत राहा आणि स्वप्नांच्या मस्तीत जगत राहा.

क्रमशः|

विश्वकल्याण प्रार्थना,

केदार दातार

(२८-०६-२०२२)

८

पे-पॅल पुराण ४: अकस्मात तोहीं पुढे जात आहे

ईलॉन मस्क हे नाव आज सगळ्या जगाला माहित झालंय. टेस्ला, स्पेस-एक्स, ट्विटर अश्या अनेक संस्थांचा सर्वेसर्वा म्हणून, मस्क बतम्यांमधून आपल्या समोर कायम येत असतो. २०२२ सालच्या फोर्बस ने घोषित केलेल्या जगातल्या सगळ्यात श्रीमंत उद्योगजकांच्या यादीत ईलॉन मस्क हे नांव पहिल्या क्रमांकावर आहे. ईलॉन चा जन्म २८ जून १९७१ साली आफ्रिके मध्ये झाला. त्याचे वडील ईरोल मस्क हे इलेक्ट्रोमेकॅनिकल इंजीनियर होते. ते एके काळी झांबियन एमेराल्ड माइन चे मालक होते. म्हणजेच घरची अफाट श्रीमंती होती. पण ईलॉन हा वडिलांच्या श्रीमंतीत लोळत पडणारा मुलगा मुळीच नव्हता. सतत काहीतरी नवीन शिकत राहणे, काहीतरी उद्योग करत राहणे हा त्याचा छंद. तो त्याच्याच मस्तीत जगत असे. १९८० साली त्याच्या आई-वडिलांचा घटस्फोट झाला आणि ईलॉन, वडिलांबरोबर कॅनडाला आला. क्वीन्स कॉलेज मधून मॅट्रिक झाल्यावर, तो यूनिवर्सिटी ऑफ पेन्सिलवेनिया मधून डबल ग्रॅजुएट झाला. इकनॉमिक्स आणि फिज़िक्स मध्ये त्याने पदवी शिक्षण पूर्ण केलं. कामाचा अनुभव आपल्याला मिळायला पाहिजे म्हणून त्याने खटपटी सुरू केल्या. त्याने कुठून तरी डॉक्टर पीटर निकोलसन ह्यांचा नंबर मिळवला. हे डॉक्टर निकोलसन फिज़िक्स आणि ऑपरेशनल रिसर्च मधले गुरु होते. त्याकाळी ते कॅनडाच्या पीएमओ मध्ये डेप्युटी चीफ ऑफ स्टाफ म्हणून काम पाहात होते. त्यांनी पंच कार्ड कॉम्प्युटर पासून ते राइट्स शेरिंग एग्रीमेंट पर्यंत अनेक विषयांवर कामं केलेली होती. ह्या माणसाकडून काही तरी आपल्याला शिकायला मिळावे ह्या उद्देशाने ईलॉन ने त्यांच्या कडे इंटर्न (प्रशिक्षणार्थी) म्हणून काम सुरू केलं. निकोलसन यांनी त्याची स्कॉशिया बँक मध्ये सहाय्यक म्हणून नेमणूक केली. निकोलसन हे ईलॉन चे एकमेव बॉस. पुढे त्यानेच काढलेल्या अनेक कंपन्यां मध्ये तोच सगळ्यांचा बॉस झाला. स्कॉशिया बँक मध्ये त्याला इकनॉमिक्स, बँकिंग चा तगडा अनुभव मिळाला. गोल्डमन सॅक्स , मॉर्गन स्टॅन्ले सारख्या बड्या बँका कश्या काम करतात हे समजलं. ह्या अवाढव्य असलेल्या संस्था नावीन्यपूर्ण

आणि धाडसी निर्णय कधीच घेत नाहीत हेही त्याच्या लक्षात आलं. पुढे अजून शिकायला म्हणून तो अमेरिकेला आला. स्टॅंफोर्ड मध्ये मटेरियल सायन्स मधल्या पीएचडी प्रोग्राम साठी त्याने प्रवेश मिळवला. त्याआधी उन्हाळ्याच्या सुट्टीत तो एकाच वेळी सिलिकॉन व्हॅली मध्ये दोन कंपन्यांमध्ये इंटर्न म्हणून काम करत होता. ह्या कंपन्यांची नावं होती पिनॅकल रिसर्च इंस्टीट्यूट आणि पालो आल्टो मधली रॉकेट सायन्स गेम्स. ह्याच दरम्यान सिलिकॉन व्हॅली मध्ये नवनवीन कंपन्या उदयाला येत होत्या. जेरी यँग आणि डेव्हिड फिलो यांनी याहू सुरू केली. १९९४ मध्ये बेझोस ने कॅडाब्रा सुरू केली - ज्याची पुढे ऍमॅझोन झाली. ईलॉन आणि त्याचा भाऊ किंबाल हे सुद्धा मागे नव्हते. त्यांच्या डोक्यात पण अनेक वेगवेगळ्या कल्पना घोळत होत्या. त्यातच डॉक्टर लोकांचे सोशल नेटवर्क सुरू करुयात. अशी एक कल्पना त्यांनी पडताळून पहिली. पण ती प्रत्यक्षात काही अवतरली नाही.

कॉम्प्युटर प्रोग्रामिंग काही ह्या दोघांना नवीन नव्हतं. वयाच्या १३ व्या वर्षीच त्यांनी ब्लास्टर नावाचा एक गेम बनवून विकला होता. कॅनडा मध्ये असतांना "मस्क कॉम्प्युटर कंसलटिंग" नावाची एक कंपनी काढून कॉम्प्युटर आणि वर्ड प्रॉसेसर त्यांनी विकले होते. मग ग्लोबल लिंक, टोटल इन्फो आणि व्हर्चुअल सिटि नॅव्हिगेटर नावाच्या त्यांच्या कंपन्या सुरू करून बंद झाल्या. व्हर्चुअल सिटि नॅव्हिगेटर हा आज आपण जे गूगल मॅप वापरतो तसा प्रोग्राम होता. मग झिप २ नावाची नवीन कंपनी ह्यांनी सुरू केली. ह्या झिप २ चं प्रॉडक्ट व्हर्चुअल ऍड्वरटायझिंग करून पैसे मिळवणं ह्या उद्देशाने तयार केलेलं होतं. त्यात पुढे त्यांनी डिजिटल मॅप, फुकट ईमेल आणि रेस्टोरंट मध्ये बूकिंग करता येईल अश्या सोई करून ते लोकप्रिय केलं. हयात १९९६-९७ मध्ये नाइट राइडर, सॉफ्ट बँक, हर्स्ट, न्यू यॉर्क टाइम्स सारख्या कंपन्यांनी बक्कळ पैसे गुंतवले होते हे महत्वाचं. पण पुढे ईलॉन आणि झिप २ च्या बोर्ड मध्ये मतभेद झाले आणि फेब्रुवरी १९९२ मध्ये कॉम्पॅक ने झिप २ विकत घेतली ती सुद्धा ३०७ मिलियन डॉलर ला. खरं तर झिप २ मध्ये याहू, एओएल सारख्या कंपन्यांना मागे टाकण्याची क्षमता होती. पण ईलॉन च्या मते बोर्ड मध्ये रिस्क घेण्याची धमक नव्हती. ईलॉन ला हयातून २१ मिलियन डॉलर मिळाले. त्यावेळी त्याच्या बँकेत फक्त ५००० डॉलर होते. आता झिप २ च्या २१ मिलियन ची त्यात भर पडली. पण ह्याने संतुष्ट होणारा ईलॉन चा पिंडच नव्हता. एक भव्य दिव्य प्रॉडक्ट तयार करण्याचं स्वप्न तो अजूनही पाहात होता. त्यातूनच त्याला एक कल्पना सुचली बँकिंग आणि फायनॅन्स साठी ऑनलाइन प्रॉडक्ट तयार केलं तर? बँकिंग च्या प्रत्येक गरजा पुऱ्या करणारं बँकिंग चं - ऍमॅझोन-डॉट-कॉम. त्या काळात बँकांनी ऑनलाइन सेवा सुरू केलेल्या नव्हत्या. त्यांच्या वेबसाइट होत्या. पण त्यावर फक्त बँकेची माहिती उपलब्ध होती. आपण आज जसं ऑनलाइन बँकिंग करून पेमेंट करतो, आपल्या एफडया काढतो, डीमॅट अकाऊंट ऑपरेट करतो तश्या सोई बँकांच्या वेबसाइट वर नव्हत्या. असं प्रॉडक्ट तयार केलं तर? नव्हे आपली स्वतःचीच व्हर्चुअल बँक काढली तर? असे विचार त्याच्या मनात घोळत होते. मग निकोलसन ह्यांच्या ओळखीने त्याला एक इन्व्हेस्टर मिळाला. हॅरिस फ्रिकर नावाचा. हयात अजून काही लोकांची भर

पडली. व्हॉर्टन मधून एमबीए केलेला क्रिस्टोफर पेन त्यात सामील झाला. झिप २ मध्येच काम करणारा ईलॉन चाच मित्र, एड हो ची त्यात भर पडली. आणि ह्या बँकेच्या वेबसाइट चा ॲड्रेस काय असावा ह्याचा विचार चालू असतांनाच ईलॉन ने एक्स डॉट कॉम नावाची वेबसाइट रजिस्टर केली सुद्धा. ईलॉन स्वतःचे पैसे गुंतवून हा प्रपंच उभा करतोय हे ऐकून बडे व्हेंचर कॅपिटालिस्ट थैल्या घेऊन त्यात पैसे गुंतवायला पण तयार झाले. ही सगळी ईलॉन ची जादू होती. त्याच्यात स्टीव जॉब्स सारखी एक कला होती. आपली कल्पना जगाच्या दृष्टीने कशी महत्वाची आणि भव्य आहे. हे तो सहज समजावून सांगत असे. त्यात तो इतका गुंग होत असे की त्याच गोष्टीचा झोपेत सुद्धा विचात करत असे. हयात भर म्हणून की काय, ईलॉन ला आणखी एक सवय होती. आपण काय करतोय ते सगळ्या जगाला सतत सांगायची. हातात प्रॉडक्ट नसतांना प्रेस कॉन्फरन्स घेऊन सगळ्या जगाला त्याने सांगून टाकलं. एक्स ही जगातली पहिली - ऑनलाइन बँकिंग सेवा देणारी कंपनी असेल म्हणून. पण बँकिंग म्हटलं की रेग्युलेशन आणि नियम पाळावेच लागतात. त्याकडे दुर्लक्ष करून चालत नाही. ह्या वारूनंच मग फ्रिकर आणि ईलॉन मध्ये खटके उडू लागले. आणि एकेदिवशी ईलॉन ने फ्रिकर ला एक्स मधून चक्क काढून टाकलं. आता फ्रिकर बाहेर पडला म्हणून अनेक लोग साशंक झाले आणि एक्स मधून बाहेर पडले. पण काही जण असेही होते ज्यांचा अजूनही ईलॉन वर विश्वास होता. नव्या टीम बरोबर ईलॉन ने काम सुरू ठेवलं. १९९९ च्या ऑगस्ट मध्ये सेकॉइया कॅपिटल ने एक्स मध्ये ५ मिलियन गुंतवले. पण अजून प्रॉडक्ट चा पत्ताच नव्हता. एक्स हा स्वप्नातला पत्त्यांचाच बंगला होता. म्हणजे एक्स ही कागदोपत्री एक मोठी व्हर्चुअल बँक होती पण त्यांच्या कडे डिपॉजिट नव्हती, कोणाचीही ॲसेट ते मेनेज करत नव्हते. ती एक साधी वेबसाईट होती.

ह्याच दरम्यान सरकार चे नियम पण थोडे त्यांच्या बाजूने झाले. १९९९ साली बिल क्लिंटन यांनी एक नवा कायदा आणला. १९३३ सालचा ग्लास-स्टिगॅल ॲक्ट रद्द केला. हा थोडासा एक्स ला दिलासा होता. ईलॉन ने त्याची टीम आता वाढवली. बँकिंग, फायनॅन्स, इंजीनीयरिंग मधली अनुभवी मंडळी त्यात पारखून सामील केली. प्रॉडक्ट डेव्हलप करायच्या चर्चा आता रंगू लागल्या. एकाने सुचवलं की सगळं प्रॉडक्ट आपणंच बनवत बसलो तर काही वर्षं तरी एक्स ला वाट पाहावी लागेल. म्हणून बाजारात असलेली प्रॉडक्ट घेऊन त्यातून आपलं प्रॉडक्ट असेंबल करता येईल का ह्याची पडताळणी झाली. सत्नाम गंभीर यांच्या - एन्व्हिजन फायनान्शियल सिस्टिम्स कंपनी कडे असं एक प्रॉडक्ट होतं. त्यांच्या बरोबर एक्स ने करार केला. बार्क्लेज बँक बरोबर अजून एक करार झाला. एक्स चे कस्टमर बार्क्लेज बँक मध्ये म्यूचुअल फंड इन्व्हेस्टमेंट करू शकतील आशी सोय एक्स च्या टीम ने केली. फर्स्ट नॅशनल बँक विकत घेण्यात आली. म्हणजेच फर्स्ट ची डेबिट कार्ड आणि चेक डिस्ट्रिब्यूशन सिस्टिम एक्स च्या मालकीची झाली. ह्यातून मीडिया अटेन्शन मिळवून एक्स कडे लोकांचं लक्ष्य सतत राहील ह्याची काळजी ईलॉन घेत होताच. पण नुसता गाजा वाजा करून तो थांबत नव्हता. आपल्या टीम च्या खांद्याला खांदा देऊन

अहर्निश काम पण तो करत होता. इंजीनीयरिंग, मार्केटिंग, फायनॅन्स टीम बरोबर सतत मीटिंग करून त्यांना सूचना करणं चालूच होतं. १९९९ चा सप्टेंबर उजाडला आणि ईलॉन ने प्रॉडक्ट लॉच करण्याची घाई सुरू केली. अजून थांबायची त्याची उसंत संपत आलीये असं संगळ्यांनाच वाटू लागलं. २४ तास काम चालू झालं. टीम ला प्रेशर जाणवू लागलं. डेल चे महागातले महाग सर्वर विकत घेण्यात आले. तिळा तिळाने टीम प्रॉडक्ट तयार करत होती. मायक्रोसॉफ्ट च्या प्लॅटफॉर्म वर त्यांचं प्रॉडक्ट तयार होत होतं. हा सुद्धा ईलॉन च्या टीम चा एक वेगळा विचार होता. त्याकाळी सिलिकॉन व्हॅली मधले स्टार्ट-अप ओपन सोर्स मधले (फुकट मिळणारे) सॉफ्टवेअर प्रोग्राम वापरुन त्यांची प्रॉडक्ट तयार करत असंत. कारण लायसेंस प्रॉडक्ट चे पैसे कुठून परवडणार हो! प्रॉडक्ट लवकर तयार करायचं असेल तर प्रॉब्लेम पटकन सोडवायला म्हणून सपोर्ट चांगला असायला हवा. ह्या हेतूने त्यांनी मायक्रोसॉफ्ट प्लॅटफॉर्म ची निवड त्यावेळी केली. प्रॉडक्ट आता जवळ जवळ तयारच झालं होतं. ईलॉन ने घोषणा केली की १९९९ च्या नोव्हेंबेर मध्ये, थँक्स गिव्हिंग च्या रात्री एक्स च्या वेबसाइट वर त्यांचं प्रॉडक्ट लॉच केलं जाईल म्हणून. लॉच ची सगळी तयारी झाली. थँक्स गिव्हिंग चा दिवस उजाडला. वेबसाइट ची सगळी पडताळणी पूर्ण झाली. आणि प्रॉडक्ट लॉच झालं. लगेच ईलॉन ने ऑफिस बाहेरच्याच एटीएम मध्ये जाऊन त्याचं डेबिट कार्ड वापरुन पैसे काढले. पिन नंबर टाकला आणि अहो-आश्चर्यं. मशीन मधून खर्रर असा आवाज आला. पाहिजे असलेले पैसे बाहेर आले. त्यादिवशी सगळेच घरी जाऊन शांत झोपले. ह्या सगळ्यात आनंदी माणूस होता ईलॉन मस्क. त्याचं एक नवंस्वप्नं पूर्ण झाल्याचा आनंद त्याच्या चेहेऱ्यावर संगळ्यांनाच दिसत होता.

आत्ता तर खरी सुरुवात झाली होती. आता त्यांना कस्टमर जोडण्यावर लक्ष केंद्रित करायला लागणार होतं. कस्टमर ची संख्या वाढायला सुरुवात झाली सुद्धा. पहिल्या दिवशी १०, दुसऱ्या दिवशी २०, तिसऱ्या दिवशी ५० असं करत करत ५ आठवड्यांनंतर एक्स कडे १००० हून अधिक कस्टमर रजिस्टर झाले होते. ईलॉन च्या मार्केटिंग स्ट्रॅटेजी चं हे फलित होतं. हयात अनेक रजिस्ट्रेशन ही फ्रॉड कस्टमर ची पण होती. म्हणजे बऱ्याच रजिस्ट्रेशन मध्ये मिकी माऊस नावाचे अनेक कस्टमर होते. आणि त्यांनी अनेक हजार डॉलर ची रक्कम ट्रान्सफर केलेली होती. ह्या नवीन कस्टमर ना एक्स च्या प्रॉडक्ट नी क्रेडिट पण दिलेली होती. परत प्रत्येक कस्टमर ला चेक बूक छापून पाठवणं गरजेचं होतं. हयात कस्टमर सपोर्ट टीम ची खूपच धांदल उडून गेली. कस्टमर सपोर्ट चे नंबर जाम व्हायला लागले. हयातून सावरायला टीमला थोडा अवधी लागला. पण हळू हळू गाडी रुळावर आली. ह्या सगळ्या मध्ये एक गोष्ट टीम च्या लक्षात आली की आपले बरेच युजर हे ईबे नावाच्या वेबसाइट वर ऑक्शन चे पेमेंट करायला म्हणून एक्स चे पेमेंट ट्रान्सॅकशन करतायत. आणि हयात फक्त एक्स चीच सिस्टिम वापरली जात नाहीये कॉन्फिनिटी नावाच्या एका कंपनीचं पे-पॅल हे प्रॉडक्ट पर बरेच जण वापरतायत.

आजही बरेच जूने कर्मचारी असं म्हणतात. जर ईबे नस्ती तर कदांचित पे-पॅल आणि एक्स नावाच्या कंपन्या मोठ्या झाल्याच नसत्या. ह्याच दरम्यान ईलॉन ने नवीन सीईओ ची नेमणूक करायचा निर्णय जाहीर केला. बिल हॅरिस हा नुकताच इंटूइट नावाच्या कंपनी मधून बाहेर पडला होता. हॅरिस मुळे काही अनुभवी लोक एक्स कडे आले. टीम अजून बळकट झाली. पण हॅरिस च्या नावाचा उल्लेख हा एक्स च्या इतिहासात कमीच केला जातो. कारण हॅरिसने फक्त ५ महिनेच एक्स चा सीईओ म्हणून काम पाहिलं. ह्यात एक गोष्ट नक्की. पुढे कॉन्फिनिटी आणि एक्स ला एकत्र आणण्यात हॅरिस सारख्या अनेक लोकांचा वाटा मोलाचा आहे. १९९९ ते २००० ह्या दरम्यान कॉन्फिनिटी आणि एक्स ह्या दोन्ही कंपन्यांत चढाओढ सुरूच होती. त्यावेळी तरी जर कोणी असं म्हटलं असतं की ह्या दोन्ही कंपन्या पुढे जाऊन एकत्र येतील तर त्याला लोक हसले असते. पण नियतीला काहीतरी वेगळंच अपेक्षित होतं. ह्या कंपन्या एकत्र कश्या आल्या. काय घडलं? हे पुढल्या भागात बघायचं आहे आपल्याला. तोवर स्वस्थता राखून विधी घटनेची वाट पाहाणे - ही आपली इतिकर्तव्यता.

क्रमशः |

विश्वकल्याण प्रार्थना,

केदार दातार

(११-०६-२०२२)

9

पे-पॅल पुराण ५: दोन ओंडक्यांची होते सागरांत भेट

१९९९ सालच्या उन्हाळया पर्यन्त पे-पॅल आणि एक्स च्या कचेऱ्या ह्या एकाच बिल्डिंग मध्ये म्हणजेच ३९४ यूनिवर्सिटी एव्हेन्यू मध्ये होत्या. आता एकाच बिल्डिंग मध्ये असल्यामुळे पे-पॅल आणि एक्स चे कर्मचारी ऑफिस बाहेर नक्कीच भेटत होते. कुणी खाली कॉफी प्यायला म्हणून जात. तर कुणी शेजार धर्म म्हणून विडया काड्यांची देवाण घेवाण करत. पण १९९९ सालच्या उन्हाळ्यात कॉन्फिनिटी च्या ऑफिस मध्ये एक बातमी येऊन धडकली आणि हलकल्लोळ जाहला. लुक नोसेक ला कळलं की एक्स ची टीम पण आता ईमेल पेमेंट्स साठी एक प्रॉडक्ट बनवते आहे. ह्यावर कढी की काय. एक्स नी त्यांच्या यूजर ना २० डॉलर चा, साइन-अप बोनस जाहीर केला. म्हणजेच पे-पॅल च्या दुप्पट. आता म्हणजे कॉन्फिनिटी च्या लोकांची खात्रीच पटली की काही तरी गौडबंगाल नक्कीच आहे. आपल्या शेजाऱ्यांनी आपल्याशीच दोन हात करायचं ठरवलेलं दिसतंय. तो पर्यन्त दोघांनाही असंच वाटत होतं की दुसऱ्याच्या प्रॉडक्ट मध्ये दम नाही. पण ही बातमी कळल्यावर दोघांनी एकमेकांच्या हालचालींवर लक्ष्य ठेवायला सुरुवात केली. बरं दोन्ही कंपन्यांचं प्रॉडक्ट हे ईबे वरंच लोक वापरत होते. कॉन्फिनिटी मध्ये - यूजर साइन अप च्या आकड्यांवर लक्ष्य ठेवणाऱ्या टीम च्या लक्षात आलं. एक्स चे बरेच लोक हे, पे-पॅल च्या वेबसाइट वर रजिस्टर होतायत. इकडे ईलॉन कडे पण असाच एक डॅश बोर्ड होता. त्यावर नवीन रजिस्टर झालेल्या यूजर चं नाव दिसायचं. एकदिवस सहज बघत असतांना त्याला एक खास असं नाव दिसलं. ते नाव होतं पीटर थील. म्हणजे कॉन्फिनिटी चा फाऊंडर. आता म्हणजे दोन्ही कडे आग लागली. पण आग लागली म्हणून बोंबाबोंब करून मुळीच चालणार नव्हतं. कॉन्फिनिटी च्या टीम ने एक प्लॅन बनवला. आपल्याकडे जास्तीत जास्त यूजर कसे आकर्षित होतील ह्यावर लक्ष्य

केंद्रित केलं. ईबे वर पे-पॅल वापरुन कुठूनही सहज पेमेंट करता येईल अशी सोय केली. पेमेंट करतांना पे-पॅल चा ऑप्शन ऑटो सिलेक्ट होईल असे प्रोग्राम लिहिले. ह्याचा लगेच परिणाम असा झाला की पे-पॅल चे यूजर एकदम वाढले. ईबे च्या यूजर फोरम मध्ये पे-पॅल चे प्रमोशन करण्यासाठी एक टीम तयार केली. ही टीम ईबे वर यूजर म्हणून वावरू लागली. म्हणजेच टीम मधला कोणीतरी ऑक्शन मध्ये एक वस्तु विकणार आणि त्यांच्याच टीम मधला दुसरा जण तीच वस्तु पे-पॅल चा ऑप्शन वापरुन विकत घेणार. ह्याचे दोन फायदे झाले. ईबे वर पे-पॅल चा वापर वाढला आणि ह्या टीम ला पे-पॅल पेमेंट सोपं कसं करता येईल ह्याच्या युक्त्या पण सुचू लागल्या. पण असेही बरेच यूजर होते जे एक्स च्या २० डॉलर साठी एक्स ची पेमेंट सिस्टीम वापरत होते. आणि एक्स कडे भरपूर पैसा होता. त्यांनी पण त्यांचं प्रमोशन चालूच ठेवलं. अजूनही दोघांना ह्या पेमेंट मधून काडीचा ही फायदा होत नव्हता. म्हणजे दोघांच्याही खिशातले पैसे जात होते. यूजर ची मात्र चंगळ होती. दोन्ही कडे असा पाण्यासारखा पैसा जात असतांना. हे अजून किती दिवस चालणार ह्याची चिंता सुद्धा दोघांना सतावत होती. परत ईबे कधीही आपल्याला त्यांच्या साइट वरून बॅन करेल अशी एक टांगती तलवार होतीच. त्यातच याहू ही कंपनी एक्स किंवा कॉन्फिनिटी ला विकत घेणार अशी बातमी पण मार्केट मध्ये पसरली. एक्स ला जर याहू ने विकत घेतलं तर आपल्याला ते खाऊन टाकतील. अशी भीती थील ला वाटू लागली. डिसेंबर पर्यंत अजून एक गोष्ट दोघांच्याही लक्षात आली. ती म्हणजे मार्केट मध्ये मंदी येणार हे दिसायला लागलं. डॉट कॉम चा फुगा फुटणार हे स्पष्ट दिसायला लागल्यावर मात्र हे युद्ध थांबायला हवं अशी दोघांची खात्री पटली. आपल्याला एका पैश्याची सुद्धा मिळकत नाही हे वास्तव जर मार्केट मध्ये कळलं तर मंदी मध्ये अजून पैसे टाकायला कोणीही धजावणार नाही ही वस्तुस्थिती होती.

एक्स ची सूत्रं नुकतीच हाती घेतलेल्या बिल हॅरिस च्या हे लक्षात आलं. त्याने ठरवलं की आता वेळ घालवण्यात अर्थ नाही. एक्स आणि कॉन्फिनिटी यांनी पुढे येऊ घातलेल्या मंदीच्या काळात एकत्र येणंच योग्य आहे. त्याने पीटर थील, मॅक्स लेवचीन आणि ईलॉन मस्क यांना पालो आल्टो मधल्याच एविया एस्तीयाटोरिओ या हॉटेलात भेटायला बोलावलं. कशी सुरुवात करायची हे दोघांनाही कळंत नव्हतं. म्हणून मग बिल नेच विषयाला हात घातला. थील ने ईलॉन ला विचारलं की तुला काय वाटतं. ईलॉन म्हणाला की एक्स कॉन्फिनिटी विकत घेईल. थील आणि मॅक्स ला ८% एवढा शेअर नवीन कंपनीत मिळेल. थील आणि मॅक्स या दोघांनाही ही ऑफर साहजिकच मंजूर नव्हती. ते उठून निघून गेले. पण बिल इथेच थांबला नाही. त्याने कॉन्फिनिटी आणि एक्स मध्ये पैसे टाकलेले दोन इन्वेस्टर हेरले. पीटर बूल आणि जॉन मालॉय यांची भेट घडवून पाहिली. पण ८% खूपच कमी होते. म्हणजे कॉन्फिनिटी च्या सगळ्या यूजर च्या आकड्यांची आणि त्यांनी तयार केलेल्या सगळ्या फीचर (सोयींची) ची किंमत केल्या सारखाच हा प्रकार होता. पण काही दिवसांनंतर थील लाच वाटायला लागलं की आता एकत्र येण्याशिवाय गत्यंतर नाहीये. मालॉय त्याला म्हणाला की आपल्याला योग्य असा हिस्सा मिळेल अशी बोलणी आपण करुयात. हयात

बिल हॅरिस ला सुद्धा हे दोघं एकत्र यायला हवे होते. मग बऱ्याच भेटी गाठीं नंतर हो-नाही करता-करता एक्स चे ५५% आणि कॉन्फिनिटी चे ४५% इथपर्यंत बोलणी येऊन ठेपली. पण ईलॉन ला अजून हे पटत नव्हतं. तो तयार होत नव्हता. एका मीटिंग मध्ये मॅक्स लेवचीन आणि त्याच्यात बाचाबाची झाली आणि लेवचीन उठून निघून गेला. बिल ला अजूनही आशा होती. त्याने शेवटचा प्रयत्न करायचं ठरवलं आणि लेवचीन ला फोन लावला. लेवचीन घरी त्याच्या स्वतःच्या कपड्यांना इस्त्री करत होता. बिल त्याला म्हणाला तिथेच थांब मी तुला घड्या घालायला मदत करतो. मग इस्त्री करता करता बिल ने त्याला विचारलं की तुझ्या मनात काय आहे. लेवचीन म्हणाला की ५०-५०% डील असेल तर मी तयार आहे. बिल ने ते लगेच कबूल केलं. आता ईलॉन ची समजूत घालणं हे त्याला क्रमप्राप्त होतं. परत आल्यावर त्याने ईलॉन ला सांगितलं की हे मर्जर जर झालं नाही तर मी एक्स मधून बाहेर पडतोय. ईलॉन ला हे मुळीच पसंत नव्हतं. पण अशी कांशिलावर बंदूक ठेवल्यावर होय म्हणण्याशिवाय त्याच्या कडे दुसरा पर्यायच नव्हता. कारण नुक्तीच नव्या इन्व्हेस्टमेंट राऊंड साठी त्याने बोलणी सुरू केली होती. त्यासाठी बिल कंपनी मध्ये असणं गरजेचं होतं. ईलॉन कबूल झाला. कॉन्फिनिटी आणि एक्स ह्या दोन कंपन्या एकत्र आल्या.

पण नुसतं कागदावर सह्या करून भागणार नव्हतं. दोन ध्रुवावरच्या दोन कंपन्यांना एकत्र आणणं खायचं काम नव्हतं. दोन्ही कंपन्यांच्या यूजर ना एका प्लॅटफॉर्म वर आणण्याची आता गरज होती. ही सगळ्यात मोठी कसोटी होती. कारण एक्स ची सिस्टिम मायक्रोसॉफ्ट च्या प्लॅटफॉर्म वर बनवलेली होती आणि कॉन्फिनिटी ची लिनक्स वर. कॉन्फिनिटी चे पैसे जवळ जवळ संपत आले होते म्हणजेच त्यांना पैश्यांची नितांत गरज होती. एक्स नी पण त्यांच्या यूजर ना अव्वाच्यासव्वा क्रेडिट दिली होती. हयात काही यूजर खोटेच होते. हयात अजून भर म्हणून ईबे ने बिलपॉइंट नावाच्या एका तिसऱ्याच कंपनी बरोबर नवीन करार जाहीर करून टाकला. म्हणजेच आता ईबे वर बिलपॉइंट वापरून पेमेंट करता येणार होतं. सगळे यूजर जर बिलपॉइंट कडे गेले तर ह्या मर्जर चा काहीच फायदा नव्हता. बिल ने दोन्ही कंपन्या एकत्र येण्यावर लक्ष्य केंद्रित केलं. ह्याचा एक परिणाम असा झाला की प्रॉडक्ट मध्ये नवीन बदल करण्याकडे दुर्लक्ष होऊ लागलं. परत संख्येने वाढलेल्या कर्मचाऱ्यांचे पगार, त्यात नवीन मोठं ऑफिस घेण्यावर, असे सगळे मिळून २५ मिलियन डॉलर त्या तिमाहीत खर्ची पडले. हे सगळं चालू असतांना ईलॉन आणि थील नुसते बसलेले नव्हते. जगभर फिरून त्यांनी १०० मिलियन डॉलर ची सिरीज सी राऊंड मधून मोठी गुंतवणूक आणली. बाजारातली मंदी दिवसागणिक जवळ येतांना दोघांना दिसत होती. मंदीच्या काळात बाजारात टिकुन राहाता आलं पाहिजे. ह्या विचाराने हे पैसे पदरात पाडून घेणं अत्यंत गरजेचं होतं.

पण नुसते पैसे गोळा करून टिकुन राहणं हे कंपनी च्या दृष्टिकोनातून सोईचं मुळीच नव्हतं. एकत्र आल्यावर वाढलेल्या पसाऱ्यात अजून एका गोष्टीची भर पडली ती म्हणजे कस्टमर च्या तक्रारींची. लगेच जर काही पावलं उचलली नाहीत तर ह्या तक्रारींच्या लाटेत

सगळं वाहून जाणार होतं. मग नेब्रास्का मधल्या ओमाहा शहरात, कस्टमर सपोर्ट साठी एक मोठी टीम उभी केली गेली. ह्या टीम ने कसून काम केलं. सगळ्या कंपलेंट तडीस नेल्या. एवढा मोठा डोलारा संभाळणं सोपं काम नक्कीच नव्हतं. बिल हॅरिस कंपनी मर्जर च्या कामात गुंतलेला होता. थील आणि ईलॉन नवीन इन्वेस्टर आणण्यात व्यस्त होते. मॅक्स कस्टमर सपोर्ट टीम वाढवण्या कडे लक्ष्य देत होता. प्रॉडक्ट मध्ये नवीन फीचर आणण्याकडे कोणाचंच लक्ष नव्हतं. कंपनीला खरी गरज होती ती अश्या फीचर ची. ज्याने यूजर कडून पैसे मिळवता येतील. त्यातच बिल ने एक्स चा साइन-अप बोनस प्रोग्राम बंद करून टाकला. संगळ्यांचीच डोकी फिरली. ईलॉन आधीच त्याच्यावर नाराज होता. धमकी देऊनंच बिल ने ५०-५०% मर्जर त्याच्या गळी उतरवलं होतं. त्यातंच आता असे निर्णय घेऊन तो थील आणि मॅक्स च्या नजरेतून पण उतरू लागला होता. त्यातुनंच थील नी कंपनीतून बाहेर पडण्याचा निर्णय जाहीर केला. थील जाऊन चालणार नव्हतं. थील ला थोपवण्यासाठी म्हणून सगळे बडे एकत्र आले आणि बिल हॅरिस चा बळी द्यायचा निर्णय त्यांनी घेतला. ईलॉन ची नवा सीईओ म्हणून नेमणूक झाली. थील चेअरमन झाला. खरंतर बिल ने ह्या सगळ्यांना एकत्र आणलं होतं. पण आता नवीन कंपनीला नवी दिशा देणं हे महत्वाचं होतं. ईलॉन ने काही धडाडीचे निर्णय घेतले. इंजीनीअरिंग टीम भक्कम केली. प्रॉडक्ट मॅनेजर होते त्यांना सांगितलं की तुम्ही नुसते मॅनेजर नाही आहात. नवीन फीचर वर भर द्या. पैसे कसे मिळतील ह्याच्या कडे लक्ष्य द्या. त्यांचं टाइटल त्याने बदलून प्रोड्यूसर असं नवीन टाइटल त्यांना दिलं. ह्या काळात सगळी कंपनीच जोरात कमाला लागली. लोक रात्र रात्र कामं करू लागले. प्रेशर वाढलं तसं त्याचे दुष्परिणाम पण वाढले. सगळेच काही अविवाहित नव्हते. काहींना मुलं पण होती. घराकडे लक्ष नसल्यामुळे काहींचे संसार पण मोडले. पण वरुन कामाचा जोर इतका होता की पियर प्रेशर मध्ये सगळेच भरडले गेले. असो! इतकी सगळी लोकं एकत्र आल्यामुळे पे-पॅल च्या प्रॉडक्ट मध्ये चांगले बदल झाले. पे-पॅल ची वेबसाइट सुधारली. क्रेडिट कार्ड ची ट्रानझॅक्षन फी कमी करण्यासाठी पे-पॅल ची अकाऊंट लॉच झाली. बँक अकाऊंट काढायची म्हणून बँकेत वापरतात तसं एक ऑटोमेटेड क्लियरिंग हाऊस चं फीचर बनवलं गेलं. सगळ्या यूजर ना पे-पॅल चं कार्ड देण्यात आलं. अकाऊंट काढण्यासाठी यूजर व्हेरिफिकेशन कसं करायचं हे एक टीमला कोडं होतं. इथेच सिटी बँकेतून आलेल्या संजय भार्गव याने एक युक्ति सुचवली. अकाऊंट उघडतांना यूजर ला एक डॉलर पेक्षा कमी रक्कम त्याच्या अकाऊंट मध्ये जमा करायची आणि किती अमाऊंट जमा झाली ती रक्कम यूजर ने अकाऊंट फोर्म मध्ये टाकायची. जमा केलेली रक्कम आणि यूजर ने फोर्म मध्ये भरलेली रक्कम जर मॅच झाली तर अकाऊंट प्रोसेस करायचा. आज आपण जे पेमेंट व्हेरिफिकेशन साठी एटीएम पिन किंवा उपीआय पिन वापरतो त्याची ही सुरुवात होती. पेमेंट ट्रानझॅक्षन वर फी आकारण्यासाठी अजून एक युक्ती टीम ने केली. ई-कॉमर्स ट्रानझॅक्षन साठी बिझनेस अकाऊंट त्यांनी लॉच केली. फ्री अकाऊंट मधून रक्कम लगेच जमा नं करता काही दिवसांचा अवधी ठेवला आणि लगेच रक्कम हवी असेल तर

प्रीमियम अकाऊंट ओपन करायला लागतील अशी सगळ्या यूजर ना ईमेल गेली. यूजर नी पण हे बदल कुठलीही कटकट नं करता स्वीकारले. हळू हळू पैसे पण मिळू लागले. कंपनी ला त्या वर्षीचं उजर्स चॉइस अवॉर्ड पण मिळालं. आता कंपनी कडे २ मिलियन यूजर गोळा झाले. ह्यात ईलॉन चा अधिकार इतका वाढला की त्याने मायक्रोसॉफ्ट प्लॅटफॉर्म वरंच सगळे पुढचे प्रॉडक्ट तयार होतील अशी घोषणा केली. इथेच पाल चुकचुकली. कॉन्फिनिटी चा सगळा प्लॅटफॉर्म लिनक्स वर आधारित होता. मायक्रोसॉफ्ट प्लॅटफॉर्म वर सगळेच प्रॉडक्ट तयार केले तर मॅक्स च्या टीम ला काय काम राहाणार? म्हणून मॅक्स नाराज झाला. याला विरोध होणारच होता. पण तो नाट्यपूर्ण व्हावा असं कोणाच्याच मनात नव्हतं. ईलॉन च्या ह्या निर्णयाने बरेच जण नाराज होते. पण सायबाला कसं सांगणार तू चुकतोयस म्हणून. ही जबाबदारी आली मॅक्स वर. त्याने थील ची मदत घेतली. ईलॉन चं नुकतंच लग्न झालं होतं. त्याने हनीमून ला जायला म्हणून तिकीटं बुक केली होती. हीच संधी आहे ईलॉन ला बाजूला करण्यासाठीची. असं हेरून, मॅक्स आणि थील नी बोर्ड ला आपल्या बाजूने वळवलं. ईलॉन हनीमून ला गेलेला असतांना त्याची हकाल पट्टी केली. परत आल्यावर त्याला जेव्हा ही बातमी कळली तेव्हा तो हादरलाच. पण एवढ्याने खचून जाणारा ईलॉन मुळीच नव्हता. त्याच्यावर झालेला अन्याय त्याने पचवला. बोर्डाच्या निर्णयाचा त्याने आदर केला. कंपनी च्या रोजच्या कारभारातून तो जरी बाजूला झाला असला. तरी कंपनी चा सगळ्यात मोठा शेअर होल्डर ईलॉन चं होता. त्याने नंतर नवीन जोमाने काम सुरू ठेवलं आणि टेस्ला, स्पेसएक्स सारख्या कंपन्या उभ्या केल्या.

आता पुढचा टप्पा होता फ्रॉड यूजर ना रोखण्याचा. अनेक हॅकर ह्या सगळ्यात हात धुवून घेत होते. त्यांनी तर खोटे अकाऊंट उघडण्यासाठी म्हणून प्रोग्राम लिहिले होते. ह्याला अटकाव करण्यासाठी म्हणून मॅक्स आणि डेव्हिड गॉसबेक पुढे सरसावले. त्यांनी एक नवा प्रोग्राम तयार केला. अकाऊंट ओपन करतांना यूजर ला एक कॅपचा भरावा लागणार होता. कॅपचा म्हणजे - Completely Automated Public Turing Test to Tell Computers and Humans Apart (CAPTCHA). खरं तर हा कॅपचा चा शोध त्यांनी लावलेला नव्हता. कार्नेगी मेलन यूनिवर्सिटी मध्ये त्याचा शोध आधीच लागला होता. त्याचा कमर्शियल वापर पे-पॅल ने पहिल्यांदा केला. त्याचा प्रचंड फायदा त्यांना झाला. पुढे सगळ्याच कंपन्यांनी कॅपचा वापरला हे आपल्याला माहीत आहेच. ह्या फ्रॉड यूजर ना ट्रॅक करण्यासाठी म्हणून अनेक प्रोग्राम ह्या दोघांनी लिहिले. एक डॅश बोर्डंच तयार केला. यूजर ची प्रत्येक हालचाल त्यात त्यांना कळंत असे. असाच एक हॅकर होता इगोर नावाचा. ह्या इगोर वर नजर ठेवून त्यांनी हे प्रोग्राम लिहिले म्हणून ह्या प्रोग्राम चं नावंच त्यांनी पुढे इगोर असं ठेवलं. ह्यातून २ मिलियन चा फायदा पे-पॅल ला झाला. पे-पॅल आता इतकं लोकप्रिय झालं की त्यातून बाहेर पडणं यूजर ना तरी शक्य नव्हतं. ५ मिलियन यूजर आता त्यांनी गोळा केले होते आणि बरेच यूजर पैसे देऊन पे-पॅल वापरत होते. पे-पॅल आता ३ बिलियन मार्केट कॅप असलेली कंपनी झाली होती. २००० सालच्या तिसऱ्या तिमाहीत त्यांचा रिवेन्यू १०८% नी वधारला.

ह्या पुढचा टप्पा होता पे-पॅल चा आयपीओ लॉंच करण्याचा. थील ह्यावर काम करत होता. त्याने आयपीओ ची सगळी तयारी सुरू केली. त्याच्या डोक्यात अजून एक कल्पना रुजत होती. ती म्हणजे पे-पॅल अजूनही ईबे वर अवलंबून होती. पुढे कधीतरी पे-पॅलला ईबे विकत घेईल ह्या हेतूने त्याने रीड हॉफमन ला ईबे शी बोलणी चालू करायला सांगितली. ईबे बरोबर रीड सतत बोलणी करत होता. ईबे च्या कुरघोडी चालूच होत्या. मार्केट मध्ये अजूनही मंदीचे वारे वाहातच होते. त्यातच २००१ च्या सप्टेंबर ११ तारखेला एक भयानक प्रकार घडला. अमेरिकेत अतिरेकी हल्ला झाला. ट्विन टॉवर पडले. अमेरिकेची अर्थव्यवस्था अजून हल्लख झाली. पे-पॅल ने ह्यातून सुद्धा स्वतःला सावरलं. एक मोठ्ठा रीलीफ फंड उभा केला. अनेक लोकांना आधार दिला. ह्यात कंपनी ची चांगली बाजू लोकांपुढे आली. ह्या अश्या परिस्थितीत कोणतीच कंपनी आपला आयपीओ बाजारात आणायला तयार नव्हती. पण थील आता थांबायच्या मनःस्थितीत मुळीच नव्हता. त्याने ठरवलं आपला आयपीओ लवकरात लवकर लॉंच करायचा. ही तयारी चालू असतांनाच कंपनी वर पेटंट उल्लंघन केल्याचे २ खटले दाखल झाले. त्यातून पण थील आणि त्याच्या टीम ने सही सलामत कंपनी ला बाहेर काढलं. मॉर्गन स्टॅनली सारखा चांगला अन्डर रायटर त्यांना ह्या नाजुक स्थितीत बदलायला लागला. एस एस बारने ह्या नव्या अन्डर रायटर च्या मदतीने आयपीओ चे सगळे सोपोसकर पूर्ण करून २००१ च्या सप्टेंबर २८ तारखेला त्यांनी एस-१ डॉक्युमेंट फाइल केले. मीडियाने ह्याचा जोरदार समाचार घेतला. आत्ताच्या परिस्थितीत आयपीओ काढणं किती चुकीचं आहे ह्याची सगळीकडे ब्रेकिंग न्यूज केली. पण थील नी ठरवलं होतं. तो आता मागे हटणार नव्हता. ईबे चं पण ह्या सगळ्या कडे बारीक लक्ष्य होतं. ह्या दरम्यान हॉफमन ने अजून एक डाव टाकला. ईबे ला त्याने कंपनी विकत घेण्याचं आमिष दाखवायला सुरुवात केली. त्यावेळी ईबे ची सीईओ होती मेग व्हिटमन. हॉफमन ईबे ला सांगत होता की आता हीच वेळ आहे. एकदा पे-पॅल चा आयपीओ आला की मग कंपनी विकत घेणं अवघड जाईल. हे सगळं ईबे मुळे आयपीओ मध्ये कुठलीही बाधा येऊ नये म्हणून चाललं होतं. १ बिलियन डॉलर एवढी किंमत त्याने मेग ला सांगितली. वाटाघाटी करून ८५० मिलियन पर्यंत मेग तयार पण झाली. पण हॉफमन अजून त्यांच्याशी खेळत वेलकाढूपणा करत होता. इकडे थील चे प्रयत्न चालूच होते. आणि २००२ च्या फेब्रुवारी १४ तारखेला असोसिएटेड प्रेस ने बातमी दिलीच. दुसऱ्या दिवशी म्हणजेच फेब्रुवारी १५, २००२ ला पे-पॅल चा आयपीओ नॅसडॅक वर १३ डॉलर च्या प्राइज नी लिस्ट होईल अशी. १४ फेब्रुवारी हा वॅलेंटाईन डे चा दिवस सगळ्याच पे-पॅल टीम साठी उत्कंठा वर्धक ठरला. १५ तारीख उजाडली. नॅसडॅक मार्केट ओपेन झालं. पे-पॅल चा शेअर १३ डॉलर ला लिस्ट झाला. वाढत वाढत १८ डॉलर वर गेला. आणि त्या दिवशी मार्केट बंद झालं तेव्हा पे-पॅल ची क्लोजिंग प्राइज होती २०.०९ डॉलर. म्हणजेच ५५% नी शेअर वाढलेला होता. सगळ्यांनाच आनंद आवरेनासा झाला. अनेक जण रातोरात अब्जाधीश झाले होते. पे-पॅल चा सगळ्यात मोठा शेअर होल्डर ईलॉन मस्क आज १०० मिलियन डॉलर चा मालक झाला होता.

इकडे ईबे ची तारांबळ उडालेली होती. त्यांना बगल देऊन पे-पॅल नी आयपीओ लॉंच केला सुद्धा. काना मागून आली आणि तिखट झाली अशीच गत त्यांची झाली होती. एवढं सगळं होऊन सुद्धा पे-पॅल विकत घेण्यात ईबे ला अजून रस होता. कारण ईबे च्या शेअर ची प्राइस जैसे थे होती. पण मेग आता अजून बोलणी करण्याच्या मनःस्थितीत मुळीच नव्हती. प्रत्येक वेळेस पे-पॅल ची मागणी वाढतच होती. त्यात ईबे मधल्याच जेफ जॉर्डन ने पुढाकार घेतला. आणि फायनल प्राइज बोला असा हॉफमन ला सवाल केला. हॉफमन तयारच होता. १.४ बिलियन डॉलर. म्हणजे मागच्या वेळेस सांगितलेले १ बिलियन त्यापेक्षा अजून ०.४ बिलियन जास्त. तरीही जॉर्डन ला पुढे जाण्यात रस होता. त्याने पे-पॅल चं यश मार्केट मध्ये बघितलं होतं. भाल्याभल्यांचा विरोध डावलून लोकांनी पे-पॅल ला पसंत केलं होतं. अजून थांबलो तर संधी निसटून जाईल आणि आपल्याला पे-पॅल कधीच विकत घेता येणार नाही हे निश्चित होतं. शेवटी हो-नाही करता करता सौदा ठरला. पे-पॅल एक स्वतंत्र कंपनी म्हणून अस्तित्वात राहील. अशी अट पण मान्य झाली. २००२ सालच्या जुलै ८ ला बातमी आली. ईबे ही पे-पॅल विकत घेणार १.५ बिलियन डॉलर ला. आता पे-पॅल ईबे च्या हाती देऊन पे-पॅल चे करते बाहेर पडण्याच्या तयारीला लागले. थील आधी बाहेर पडला ऑक्टोबर ३, २००२ तारखेला. मॅक्स नोव्हेंबर २००२ मध्ये. प्रत्येकाने बाहेर पडून आपली एक स्वतंत्र कंपनी उभी केली. थील ने वेंच्युअर कॅपिटल कंपनी काढून फेसबूक मध्ये गुंतवणूक केली. हॉफमन ने लिंक्डइन काढली. जावेद करीम ने यूट्यूब सुरू केली. ईलॉन च्या स्पेसएक्स, टेस्ला आधीच सुरू झाल्याच होत्या. येल्प, एफर्म, यॅमर अश्या अनेक कंपन्या ह्या पे-पॅल च्या कर्त्यांनी काढल्या. त्यालाच नंतर पे-पॅल माफिया असं नांव प्रचलित झालं. धंद्याचा तसा कुठलाही मुरलेला अनुभव नसतांना फक्त तंत्रज्ञानाच्या जोरावर आणि प्रचंड मेहनत आणि इच्छाशक्ती च्या जोरावर एका साध्या संकल्पने पासून सुरू करून ह्या लोकांनी जगाला ऑनलाइन पेमेंट खुलं करून दिलं. ह्या सगळ्यांचं ब्रीद काय असेल असा विचार मनात येतो आणि प्रश्न पडतो की कुठलं गाणं गात हे ह्या जगात विहार करत असतील? अधिक विचार केला की शब्द समोर उभे ठाकतात.

नव्या युगाचे पंख जगाला लावुन उडतो आम्ही |
नवीन स्वप्ने बघुन उद्याचे तंत्र घडवतो आम्ही ||
जुनीच कोडी नव्या कल्पनांनी सोडवतो आम्ही |
अवघड कामे सोपी करुनी विश्व जोडतो आम्ही ||
नव्या पिढीला उमेद देण्या उद्योग उघडतो आम्ही |
अनंत कष्टाच्या झाडावर उंच लगडतो आम्ही ||
निळ्या ढगातुन कृष्ण धरेवर बघ गडगडतो आम्ही |
नवीन वस्त्रे अलगद विणुनी घडी मोडतो आम्ही ||

हे सगळेच एका माळेचे मणी आहेत. ह्या लोकांचा हा मंत्र या कथेतून वेळोवेळी अनुभवास येतो. आपल्याला या जगाला काही तरी अभूतपूर्व देऊन जायचं आहे ही खूण

मनाशी पक्की केलेली ही वेडी बागडी माणसं. आपली कृती समाजाला अर्पण करून नवा डाव मांडायला पुढे निघून जातात सुद्धा. पण मागची नाती जपून ठेवतात. हेच ह्या पे-पॅल च्या मंडळीं कडून शिकण्यासारखं आहे. आपला ही हातभार लागून असे मोठे उद्योग पुढे घडू शकतील. अशी आशा कुठेतरी ह्या कथेतून जागृत होते. त्या आशेवरंच आपण आपली वाटचाल नं थकता ध्येय निश्चिती कडे नेऊ शकतो असा विश्वास निर्माण होतो. तो कायम तुमच्या आमच्यात टिकून राहो हीच त्या अद्भुत शक्ति कडे प्रार्थना करुयात.

अशी ही साठां उत्तराची कहाणी पाचां उत्तरी सुफळ संपूर्ण असे मानून - आत्ता पुरते - इथेच थांबूयात.

विश्वकल्याण प्रार्थना,

केदार दातार

(१८-०६-२०२२)

10

नॅपस्टर: दोन घडीचा डाव

गाणं ऐकायला आवडत नाही असा माणूस विरळाच. पु. लं. तर म्हणायचे की 'म्युझिक इज माय फर्स्ट लव'. आपल्या आजी आजोबांच्या वेळेला ग्रामोफोन रेकॉर्डस होत्या. सामान्य जनतेला त्या परवडत नसंत. म्हणून मोठ्या हॉटेलात किंवा गाण्याच्या दुकानात ज्युकबॉक्स होते. त्यात पैसे टाकले की आपल्याला हवं असलेलं आवडतं गाणं ऐकायला मिळायचं. मग टेप रेकॉर्डर आले. वॉकमॅन आले. चालता चालता आपली आवडती गाणी ऐकायची सोय झाली. त्या नंतर गाणी डिजिटाईज झाली. डिजिटल झालेली गाणी कॉम्प्युटर पासून ते मोबाईल पर्यंत सगळीकडे उपलब्ध झाली. पूर्वी एका गाण्यासाठी सुद्धा सगळी कॅसेट किंवा सीडी विकत घ्यायला लागायची. तेच आज एक गाणं सुद्धा स्पॉटिफाय किंवा विंक सारख्या ॲप वर आपल्याला फुकट ऐकायला मिळतं. ही क्रांती घडली त्यात एका ॲप चं योगदान खूप मोठं आहे. ह्या ॲप चं नाव आहे नॅपस्टर. पण हे ॲप जरी खूप लोकप्रिय झालं तरी नॅपस्टर ही कंपनी काही पुढे मोठी होऊ शकली नाही. नॅपस्टर कंपनीचा उदय होताच त्यांना अनेक खटल्यांना सामोरं जावं लागलं. त्या नॅपस्टर ची आणि एकूणच संगीत उद्योगातल्या उत्क्रांतीची ही गोष्ट.

१९९० च्या सुरुवातीचा तो काळ. अमेरिकेतल्या संगीत उद्योगासाठी भरभराटीचा होता. बॅक स्ट्रीट बॉइज, एन सिंक हे बॅन्ड लोकप्रिय झालेले होते. संगीत उद्यम जगत खोऱ्याने पैसे ओढत होतं. एक गाणं लोकप्रिय झालं की त्याच्या १० मिलियन पेक्षा अधिक कॅसेट आणि सीडी विकल्या जात होत्या. महागड्या हॉटेलात पार्ट्या झोडल्या जात होत्या. टॉवर रेकॉर्डस, यूनिव्हर्सल, सोनी म्युझिक ह्या कंपन्या अक्षरशः पैसे छापत होत्या. हे सगळं सुखात चालू असतांना मात्र, तांत्रिक जगात होणाऱ्या क्रांती कडे त्यांचं पूर्ण दुर्लक्ष होतं. आपल्याला कोणीही हात लावू शकत नाही असा एक प्रकारचा फाजील आत्मविश्वास त्यांच्यात होता. त्याच वेळेस जर्मनी मधल्या फ्राउनहोफ ह्या रिसर्च इंस्टीट्यूट मध्ये एक गट संशोधन करत होता. डिजिटल कॉप्रेशन वापरुन ऑडिओ फाइल कश्या तयार करता येतील यावर ते प्रयोग करत होते. खरं तर ह्यावर १९८२ साल पासून हे शास्त्रज्ञ काम करत होते. डॉक्टर डिटर

साईजर ह्यांच्या मार्गदर्शनाखाली कार्लहाइंज ब्रँडंबर्ग हे डॉक्टरांचेच शिष्य संशोधनाचं काम करत होते. ते डॉक्टरांचीच संकल्पना पुढे नेत होते. सीडी छापून लोकांना गाणी विकण्या पेक्षा एका कॉम्प्युटर वर ती गाणी डिजिटल फॉरमॅट मध्ये स्टोर केली आणि लोकांना त्यांचं गाणं हवं असेल तेव्हा फोन वरून ऐकता आलं की लोकांचा सीडी विकत घेण्याचा वेळ आणि पैसा वाचेल. एखादा गाण्याचा अल्बम सहज लोकांपर्यंत पोचवता येईल. असा त्यांचा विचार होता. पण फोन च्या लाइन मधून गाणं पाठवायचं म्हणजे त्याचा आकार (साईज) लहान करणं क्रमप्राप्त होतं. हयात यश यायला त्यांना १९९१ साल उजाडलं. सायको एकोस्टिक्स हे मूलभूत तत्व वापरुन त्यांनी सीडी मधल्या गाण्यांचं कॉप्रेशन करून दाखवलं. ८०-९०% पेक्षा कमी साईज मध्ये गाणी आता कन्व्हर्ट करता येऊ लागली. त्या संशोधनातून एमपी३ ह्या म्युझिक फॉरमॅट चा शोध त्यांनी लावला. एमपी ३ म्हणजे एमपेग-१ ऑडिओ लेयर ३. सीडी मधलं गाणं एमपी ३ फॉरमॅट मध्ये कन्व्हर्ट करण्यासाठीचा एक प्रोग्राम त्यांनी बनवला. आणि तो सगळ्यांसाठी खुला केला. ह्या मुळे कोणालाही तो प्रोग्राम वापरुन कुठलंही गाणं आता डिजिटल फॉरमॅट मध्ये सहज कन्व्हर्ट करणं शक्य झालं. लोक हा प्रोग्राम वापरुन त्यांच्या सीडी मधली गाणी कॉम्प्युटर मधल्या हार्ड डिस्क वर स्टोर करू लागले. आपणच विकत घेतलेली सीडी पुढे जाऊन खराब होऊ नये म्हणून, लोक त्याची एक कॉपी त्यांच्याच हार्ड डिस्क वर ठेवत होते. हे इथ पर्यन्त ठीक होतं.

त्याच वेळेस कॉलेजात जाणारी काही तरुण मुलं ही गाणी एकमेकांबरोबर शेअर पण करू लागली. हे ही खूपच लिमिटेड होतं. म्हणजे कोणालाही हयात आपला धंदा बुडेल अशी धास्ती नव्हती. पण त्यात सुद्धा काही अति हुशार मंडळी होती. नॉर्थ ईस्टर्न यूनिवर्सिटी मध्ये शॉन फॅनिंग नावाचा एक मुलगा शिकत होता. हा मुलगा लहानपणापासूनच एकलकोंडा होता. गाण्याची साथ असेल तर एकटे पणा घालवायला मदत होते. शॉन ला सुद्धा गाणी ऐकण्याची आवड लागली. त्याच्या जोडीला त्याच्या काकांनी त्याला एक नवीन कॉम्प्युटर आणून दिला. अजून एक खेळणं शॉन च्या हाती आलं. पण कॉम्प्युटर वर गेम खेळण्यापेक्षा तो प्रोग्रामिंग करायला शिकला. त्या वेळी इंटरनेट रीले चॅट (आयआरसी) नावाचा एक प्रोग्राम ही तरुण मंडळी वापरत असंत. आज आपण जे चॅटिंग करतो तसाच हा प्रोग्राम होता. कॉलेज ची मुलं ह्या आयआरसी वर पडलेली असंत. त्यांचे वेगवेगळे ग्रुप त्यावर असंत. असाच एक हॅकर-लोकांचा ग्रुप होता. वूवू नावाचा. शॉन त्या ग्रुप मध्ये सामील झाला. ह्या ग्रुप मध्ये सगळ्या प्रकारचे हॅकर होते. म्हणजे गंमत म्हणून एखादा सर्वर हॅक करण्या पासून ते एक वायरस बनवण्या पर्यंत सगळे प्रकार करणारे त्या ग्रुप मध्ये होते. शॉन ला एक दिवस ह्या एमपी ३ फॉरमॅट मधल्या गाण्यांच्या फाइल ह्या चॅट वर एका मित्राने शेअर केल्या. आणि तो त्याच्या प्रेमातच पडला. आता त्याला हवी असलेली गाणी सहज कुठलाही खर्च नं करता आयआरसी वर मिळू लागली. त्याने विचार केला आपल्या मित्रांच्या कॉम्प्युटर वरच्या गाण्यांची यादी त्यांना सहज इतरांबरोबर शेअर करता आली तर किती सोपं होईल. त्याने असा एक प्रोग्राम बनवायला घेतला. आज आपण जे सर्च इंजिन वापरतो

तशीच ती कल्पना होती. म्हणजे सर्च इंजिन काही सगळ्या वेबसाइट ची माहिती त्यांच्या सर्वर वर ठेवत नसतं. ते फक्त कुठल्या वेबसाइट वर कुठली माहिती आहे याची एक यादी त्यांच्याकडे तयार करतात. आपल्यासारखे लोक जेव्हा सर्च इंजिन वापरतात तेव्हा त्या वेबसाइट ची लिंक सर्च इंजिन आपल्याला दाखवतं. त्या वेबसाइट वर जाऊन मग आपण ती माहीती वाचतो. तसाच प्रोग्राम त्याने तयार केला. तो प्रोग्राम त्याने त्याच्या मित्रांबरोबर शेअर पण केला. आपल्या मित्रांकडे कुठलं गाणं आहे हे कळल्यावर ते गाणं त्याच्याकडे मागीतलं की तो आपल्याला पाठवणार. ह्या पेक्षा जर ते गाणं आपल्यालाच त्याच्या कडून डाउनलोड करता आलं तर किती सोपं होईल. असा विचार करून मग त्याने दुसऱ्याच्या कॉम्प्युटर वरचं गाणं डाउनलोड करण्यासाठीची सोय पण या प्रोग्राम मध्ये केली. ६ महीने अक्षरशः खपून त्याने हा प्रोग्राम पूर्ण केला. आता काम अगदीच सोपं झालं. म्हणजे कोणीही कुठूनही त्यांना हवं असलेलं गाणं डाउनलोड करू शकत होतं. कॉलेज चीच मुलं ती. माझ्या कडे सगळ्यात जास्ती गाणी असली पाहिजेत आशी त्यांच्यात चढाओढ लागली. हा प्रोग्राम लोकप्रिय व्हायला हे पुरेसं होतं. ह्यात कॉलेज बाहेरची लोकं पण सामील झाली. आता मात्र त्याचा परिणाम गाण्याच्या सीडी विकणाऱ्या कंपन्यांना जाणवू लागला. सीडी चा खप कमी झाला.

इथे शॉन फॅनिंग ला अजून एक मित्र सामील झाला. त्याचं नाव शॉन पार्कर. पार्कर च्या डोक्यात ते ॲप मोठं करण्याच्या कल्पना दौडू लागल्या. त्याने फॅनिंग बरोबर एक कंपनी काढण्याचा विचार केला. फॅनिंग चे काका त्यांच्यात सामील झाले. ह्या मंडळींनी कंपनी रजिस्टर केली. नाव ठेवलं नॅपस्टर. त्याचा लोगो तयार करण्यात आला. एक मांजर पेंगते आहे असा तो लोगो सुरुवातीला तयार केला होता. पण ही गाणी शेअर करणारी कंपनी आहे. म्हणून त्या मांजरी च्या कानावर हेडफोन लावण्यात आले. म्हणजेच नॅपस्टर एक रीतसर कंपनी म्हणून अस्तित्वात आली. नॅपस्टर चा प्रोग्राम त्यांच्या वेबसाइट वरुन कोणालाही डाउनलोड करता येईल अशी सोय त्यांनी केली. सीडी चा खप कमी झाल्या मुळे सगळ्या कंपन्या एकत्र आल्या आणि त्यांनी ह्याचा ठाव घेऊन त्यावर उपाय शोधायला सुरुवात केली. ह्या सगळ्या कंपन्यांची एक असोसिएशन होती. त्याचं नाव रेकॉर्डिंग इंडस्ट्री असोसिएशन ऑफ अमेरिका (आरआयएए). आरआयएए ची अध्यक्षा होती हिलरी रोजेन. आरआयएए काही हाता वर हात ठेवून बसलेली नव्हती. त्यांनी एमपी३ फॉरमॅट वर आधीच अभ्यास करून एक पेपर तयार केला होता. त्यांचं म्हणणं होतं की हे तंत्रज्ञान विकसित झालं की त्याचा फायदा म्युझिक उद्योगाला करून घ्यायचा. पण अजून तरी त्यांच्या कडे गाण्यांची चोरी थांबवण्याचा उपाय नव्हता. कारण गाण्याचं एनकोडिंग करण्याचा विचार कोणीच केला नव्हता. गाणी विकणाऱ्या कंपन्यांचे अधिकारी हातघाई लाच आलेले होते. ह्यावर कसंही करून बुच लावा नाहीतर हा पायरसी (चोरी) चा राक्षस सगळी इंडस्ट्री खाऊन टाकेल. अशीच त्यांची मागणी होती. म्हणून आरआयएए ने नॅपस्टर ला नोटिस पाठवली. की त्यांच्या कडे असलेली सगळी गाणी त्यांनी डिलीट करावी म्हणून. नॅपस्टर ला हे शक्य

नव्हतं. कारण ते कोणाचंही गाणं त्यांच्या सर्वर वर ठेवत नव्हते. त्यांचा प्रोग्राम गाण्यांची लिस्ट तयार करंत असे. अशी लिस्ट तयार झाली की ज्याला ते गाणं डाउनलोड करायचं आहे त्याच्या कॉम्प्युटर ला गाणं जिथे आहे त्या कॉम्प्युटर शी जोडत असे. म्हणजेच गाणी डिलीट करणं नॅपस्टर च्या हातात नव्हतं. हे नॅपस्टर च्या टीम ने आरआयएए ला कळवळं. आधीच संतापलेल्या कंपन्यांनी नॅपस्टर लाच दोषी ठरवण्याचा निर्णय घेतला. नॅपस्टर वर केस केली. नॅपस्टर ही कंपनी चोर आहे हे कोर्टात सिद्ध करण्यासाठी मोठे वकील नेमले. ह्याच सुमारास मायकेल रॉबर्ट्सन याने एमपी३ डॉट कॉम नावाची एक कंपनी सुरू करून ह्या कंपन्यांशी बोलणी सुरू केली होती. त्याचं म्हणणं होतं की सीडी हा फॉरमॅट लवकरच निकाली लागेल. सगळेच लोक एमपी ३ वापरायला लागतील. तेव्हा वेळेत जागे व्हा. पण सीडी विकून खोऱ्याने पैसा मिळत असल्यामुळे कंपन्यांनी त्याच्या कडे दुर्लक्ष केलं. एका लोकप्रिय गाण्यासाठी सगळी सीडी विकून पैसे गोळा करण्यातंच त्यांना रस होता. इथे नॅपस्टर चे दोन्ही शॉन प्रचंड लोकप्रिय झालेले होते. फेब्रुवारी २००० च्या टाइम मासिकाने शॉन फॅनिंग चा फोटो त्यांच्या कवर वर लावून त्याला अमाप प्रसिद्धी दिली. म्युझिक कंपन्यांनी मेटालिका नावाच्या बॅन्ड ला हाताशी घेतलं आणि नॅपस्टर बंद करण्यासाठी जोरदार प्रयत्न केले. ह्याला एक दुसरी बाजू पण होती. होतकरू जे गायक किंवा बॅन्ड होते त्यांना नॅपस्टर चे लोक देवदूत वाटत होते. कारण नवख्या गायकाला कोणतीच कंपनी त्याचा अल्बम काढून देत नसे. कितीतरी उंबरे झिजवून मग एखाद्याचं नशीब उजळत असे. आता नॅपस्टर मुळे आपलं पहिलं गाणं सहज लोकां पर्यंत पोचू शकेल आशी सोय झाली होती. नॅपस्टर मध्ये अनेक व्हेंचर कॅपिटालिस्ट पण मजबूत पैसे लावत होते. तरीही म्युझिक लेबल कंपन्या ह्या वरचढ ठरल्या आणि नॅपस्टर बंद करा असा कोर्टाने निर्णय दिला. नॅपस्टर बंद झाली. ह्यावेळेस जवळ जवळ २५ मिलियन लोक नॅपस्टर वापरत होते. एवढं सगळं करून सुद्धा म्युझिक कंपन्यांची डोकेदुखी अजून वाढली. नॅपस्टर सारखे अनेक प्रोग्राम बाजारात फुकट मिळू लागले. ह्याच सुमारास स्टीव जॉब्स ऍपल मध्ये परत येणार अशी बातमी आली. म्युझिक कंपन्यांना ह्या प्रसंगातून एवढं नक्कीच कळलं होतं की नॅपस्टर सारखा प्रोग्राम आपल्याकडे पण असला पाहिजे. पण त्यांच्या कडे तंत्रज्ञानाचं पाठबळ मुळीच नव्हतं.

जॉब्स परत येण्याचं कारण होतं की ऍपल चा कॉम्प्युटर मार्केट मधला शेअर ३% एवढा खाली उतरला होता. काही तरी नवीन प्रॉडक्ट लॉंच केल्या शिवाय ऍपल ला गत्यंतर नव्हतं. जॉब्स नुकताच पिक्सार यशस्वी पणे लॉंच करून ऍपल मध्ये प्रवेश करत होता. परत आल्या आल्या त्याने २००१ साली ऍपल आयपॉड लॉंच केला. २००२ मध्ये म्युझिक स्टोर ची घोषणा करायचं ठरवलं. आरआयएए ला फोन केला. सगळ्या म्युझिक कंपन्यांना त्याने तो प्रोग्राम दाखवला. त्यांना तो आवडला. ऍपल म्युझिक स्टोर एक सिक्युर प्लॅटफॉर्म होता. त्यांना निर्धासत पणे त्यांची गाणी ह्या प्लॅटफॉर्म वर टाकता येतील अशी त्यांची खात्री झाली. त्याच वेळेस जॉब्स ने अजून एक बॉल टाकला. त्याने ह्या कंपन्यांना त्याच्या

शैलीत सांगितलं. "अजून एक गोष्ट" (one more thing). ह्या स्टोर वर प्रत्येक गाण्याची किंमत असेल ०.९९ डॉलर. म्हणजे एक डॉलर पेक्षा १ सेंट कमी. हे ऐकून ह्या कंपन्या थोड्या नाराज झाल्या. त्यांना एका गाण्यासाठी अख्खा अल्बम विकायची सवंय झालेली होती. एका गाण्याचे फक्त ०.९९ डॉलर म्हणजे त्यांच्या मिळकतीत प्रचंड कपात. हे उघड सत्य होतं. तरीही त्यांनी ॲपल म्युझिक स्टोर मध्ये सामील होण्याचा निर्णय घेतला. ॲपल म्युझिक स्टोर लॉच झालं. २ लाखां हून अधिक गाणी त्यावर उपलब्ध झाली. लोकांनी पण त्याला प्रचंड पसंती दिली. एक नवं पर्व म्युझिक इंडस्ट्री मध्ये सुरू झालं. गाणं ऑनलाइन मिळू लागलं. जगभरातले म्युझिक स्टोर बंद झाले. ह्या दुकानातून काम करणाऱ्या लोकांच्या नोकऱ्या गेल्या. तरीही ग्राहक राजा सुखावला होता.

पुढे इंटरनेट ची वाढ सगळीकडे झाली. बँडविड्थ मोठी झाली. आणि गाणं विकत घेण्या पेक्षा सहज हवं असेल तेव्हा ऐका (स्ट्रीम करा). अश्या सोई नवीन ॲप मध्ये आल्या. स्वीडन मधल्या एका जोडीने स्पॉटिफाय नावाची एक कंपनी काढली. त्यांचं ॲप प्रचंड लोकप्रिय झालं. स्पॉटिफाय ने शॉन पार्कर ला त्यांच्या बोर्ड वर नेमलं. आणि एक वर्तुळ पूर्ण झालं. शॉन फॅनिंग ने अनेक नवीन कंपन्या काढून त्यातून तो बाहेर पडला. पण शॉन पार्कर लोकप्रिय झाला तो त्याच्या मार्क झुकरबर्ग बरोबर झालेल्या मैत्री साठी. मार्क ला सिलिकॉन व्हॅली मध्ये बस्तान बसवायला शॉन पार्कर ने खूप मदत केली. फेसबूक चा तो फौंडिंग प्रेसिडेंट झाला. पुढे त्याने पण सिलिकॉन व्हॅली मध्ये स्वतःची व्हेंचर कॅपिटल कंपनी काढली. नॅपस्टर ह्या कंपनी ने पण नंतर ऑनलाइन म्युझिक स्ट्रीमिंग च्या माध्यमातून लोकां पर्यंत गाणी पोचवली. आज नॅपस्टर ही कंपनी ३३ देशात पोचली आहे.

नॅपस्टर च्या ह्या कथेतून बरंच काही शिकण्यासारखं आहे. आपली कल्पना जरी चांगली असली तरी कायद्याच्या चौकटीत ती बसंत नसेल तर आपलं नुकसान होऊ शकतं. आपण आज जरी एखाद्या उद्योगातले राजे असू तरीही एखादी छोटी कंपनी येऊन तंत्रज्ञानाच्या जोरावर आपला उद्योग उलथवू शकते. म्हणून कुठल्याही परिस्थितीत गाफील नं राहणं हे नक्कीच लक्षात ठेवण्या सारखं आहे. अजून एक- ह्या सगळ्यातून जात असतांना प्रामाणिक राहणं. हे सुद्धा तितकंच गरजेचं आहे. अश्या वेळी रामशास्त्री सिनेमातल्या एका गाण्याची आठवण येते.

दोन घडीचा डाव |
याला जीवन ऐसे नाव ||
जगताचे हे सुरेख अंगण |
खेळ खेळु या सारे आपण ||
रंक आणखी राव ||
माळ यशाची हासत घालू |
हासत हासत तसेच झेलू ||
पराजयाचे घाव ||

मनासारखा मिळे सौंगडी |
खेळाला मग अवीट गोडी ||
दुःखाला नच वाव ||
दोन घडीचा डाव...
विश्वकल्याण प्रार्थना,
केदार दातार
(१८-०६-२०२२)

क्रमशः

आय टी च्या नवं तंत्रज्ञानातून घडलेल्या उद्‌योगाची आणि कंपन्यांची थोडी फार माहिती ह्या पुस्तकात आपल्याला झाली. रमत गमत आनंदाने आपण सगळेच ह्या झुक झुक गाडीत बसलो. मग पुढचं स्टेशन कुठलं? असा विचार येतोच. तेव्हा ज्ञानार्जनाच्या ह्या वाटेवर आता थांबायचं नाही हे ठरवल्यानंतर पुढच्या भागांत आपण संगणकाच्या भाषां, त्या तयार करणारे ऋषितुल्य असे संशोधक यांच्या गोष्टी वाचणार आहोत. तो पर्यंत नवीन काही तरी शिकत राहुयांत आणि आपल्याला मिळाली माहिती आपल्या मित्रांना आणि नातेवाईकांना वाटूयांत.

हरी ओम तत्सत ||

9 798887 491479

Printed by Libri Plureos GmbH in Hamburg,
Germany